PHẠM VĂN NHÀN

Sưu tập & Biên soạn

NHỮNG NHÀ VĂN NHÀ THƠ SỐNG VÀ VIẾT PHAN THIẾT BÌNH THUẬN

NHÂN ẢNH

Tái bản

2026

NHỮNG NHÀ VĂN NHÀ THƠ SỐNG VÀ VIẾT
PHAN THIẾT BÌNH THUẬN
Sưu tập & Biên soạn: Pham Văn Nhàn

Bìa: Uyên Nguyên Trần Triết

Ảnh bìa: Lầu nước (Biểu tượng Thành Phố Phan thiết)

Dàn Trang: Lê Hân

ISBN: 979-8-2955-5263-2

LỜI MỞ

Phan Thiết, thị xã tỉnh Bình Thuận. Có dòng Cà Ty chảy qua, chia đôi thành phố làm hai khu vực: Tả ngạn và Hữu ngạn. Tả ngạn là khu hành chánh. Hữu ngạn là khu thương mại. Người dân sống hiền hòa.

Bình Thuận có nhiều thắng cảnh du lịch.

Tuy nhiên, với Phan Thiết, lại có nhiều người viết văn làm thơ không phải mới ngày hôm nay mà có trước và ngay cả trong thời chiến tranh. Những nhà văn nhà thơ này, ít nhiều, tạo nên bộ mặt văn học thời chiến trước 1975. Có những người con sinh ra và lớn lên tại quê hương Bình Thuận, Nhưng cũng có những người đến từ một nơi khác trên quê hương, cống hiến đời minh trên mảnh đất nắng gió này.

Hôm nay, tôi có gắng sưu tầm những người con xứ Bình Thuận cũng như những người từ nơi khác đến làm việc và cũng có người đã nằm xuống trong cuôc chiến vừa qua. Những người cầm bút đã làm rạng danh cho nền văn học Miền Nam. Dù chưa đầy đủ. lắm.Vẫn còn thiếu sót nhiều.Mong rằng sẽ có nhiều người sưu tầm thêm, để đóng góp cho tỉnh nhà nhiều nhà văn nhà thơ hơn nữa.

Mong lắm thay.

Phạm Văn Nhàn

DANH SÁCH:

GIAI DOẠN 1945 - 1954

VŨ ANH KHANH

Tên thật là VÕ VĂN KHÁNH (1926-1956)

Ông sinh tại làng Khánh Thiện. Mũi Né (trước thuộc quận Hải Long) này thuộc thành phố Phan Thiết. Bình Thuận.

Trước năm 1945, ông vào Sài Gòn làm báo, viết văn. Sau ngày toàn quốc kháng chiến (19 tháng 12 năm 1946) ông hoạt động với các ông Dương Tử Giang. Thẩm Thệ Hà. Lý Văn Sâm trong nhóm văn học yêu nước sài Gòn.

Năm 1950, ông bị nhà cầm quyền Sài Gòn lùng bắt, ông và một số bạn bè trốn thoát ra chiến khu. Năm 1954 ông tập kết ra miền Bắc, rồi mất tại Quảng Trị năm 1956. Lúc đó mới 30 tuổi. *(theo Wikipedia tiếng Việt)*

TÁC PHẨM:

■ TRUYỆN DÀI

Ông chuyên viết về truyện ngắn và tiểu thuyết. Phần lớn được in trong năm 1949 tại Sài Gòn. Với số lượng phát hành chiếm kỷ lục.

Cây Ná Trắc *(1947)*

Nữa Bồ Xương Khô *2 tập (1949)*

Bạc Xỉu Lìn *(1949)*

■ TRUYỆN NGẮN

Sông Máu *(1949)*

Đầm Ô Rô *(1949)*

Bên Kia Sông *(1949)*

Ngủ Tử Tư *(1949)*

■ THƠ

Nổi bật nhất là bài *"Chiến Sĩ Hành"* và "Tha La Xóm Đạo"

THA LA XÓM ĐẠO

- Đây Tha La xóm đạo,
Có trái ngọt, cây lành.
Tôi về thăm một dạo,
Giữa mùa nắng vàng hanh,
Ngậm ngùi, Tha La bảo:
- Đây rừng xanh, rừng xanh,
Bụi đùn quanh ngõ vắng,
Khói đùn quanh nóc tranh,
Gió đùn quanh mây trắng,
Và lửa loạn xây thành.

Viễn khách ơi! Hãy dừng chân cho hỏi
Nắng hạ vàng ngàn hoa gạo rưng rưng

Đây Tha La, một xóm đạo ven rừng.
Có trái ngọt, cây lành im bóng lá,
Con đường đỏ bụi phủ mờ gót lạ
Ngày êm êm lòng viễn khách bơ vơ!
Về chi đây! Khách hỡi! Có ai chờ?
Ai đưa đón?

- Xin thưa, tôi lạc bước!

Không là duyên, không là bèo kiếp trước,
Không có ai chờ, đưa đón tôi đâu!
Rồi quạnh hiu, khách lặng lẽ cúi đầu,
Tìm hoa rụng lạc loài trên vệ cỏ.
Nghìn cánh hoa bay ngẩn ngơ trong gió
Gạo rưng rưng, nghìn hoa máu rưng rưng.
Nhìn hoa rơi, lòng khách bỗng bâng khuâng
Tha La hỏi: - Khách buồn nơi đây vắng?
- Không, tôi buồn vì mây trời đây trắng!

- Và khách buồn vì tiếng gió đang hờn?
Khách nhẹ cười, nghe gió nổi từng cơn.
Gió vun vút, gió rợn rùng, gió rít,
Bỗng đâu đây vẳng véo von tiếng địch:
- Thôi hết rồi! Còn chi nữa Tha La!
Bao người đi thề chẳng trở lại nhà
Nay đã chết giữa chiến trường ly loạn!
Tiếng địch càng cao, não nùng ai oán
Buồn trưa trưa, lây lất buồn trưa trưa
Buồn xưa xưa, ngây ngất buồn xưa xưa
Lòng viễn khách bỗng dưng tê tái lạnh
Khách rùng mình, ngẩn ngơ người hiu quạnh
- Thôi hết rồi! Còn chi nữa Tha La!
Đây mênh mông xóm đạo với rừng già
Nắng lổ đổ rụng trên đầu viễn khách.
Khách bước nhẹ theo con đường đỏ quạch.
Gặp cụ già đang ngắm gió bâng khuâng
Đang đón mây xa... Khách bỗng ngại ngần:
- Kính thưa cụ, vì sao Tha La vắng?

Cụ ngạo nghễ cười rung rung râu trắng,
Nhẹ bảo chàng: "Em chẳng biết gì ư?
Bao năm qua khói loạn phủ mịt mù!

Người nước Việt ra đi vì nước Việt
Tha La vắng vì Tha La đã biết,
Thương giống nòi, đau đất nước lầm than".

***

Trời xa xanh, mây trắng nghẹn ngàn hàng
Ngày hiu quạnh. ờ...Ơ...Hơ... Tiếng hát,
Buồn như gió lượn, lạnh dài đôi khúc nhạc.
Tiếng hát rằng:
Tha La hận quốc thù,
Tha La buồn tiếng kiếm.
Não nùng chưa! Tha La nguyện hy sinh
ờ... Ơ... Hơ... Có một đám Chiên lành
Quỳ cạnh Chúa một chiều xưa lửa dậy
Quỳ cạnh chúa, đám Chiên lành run rẩy:
- Lạy đức Thánh Cha!
Lạy đức Thánh Mẹ!
Lạy đức Thánh Thần
Chúng con xin về cõi tục để làm dân...

Rồi... cởi trả áo tu,
Rồi... xếp kinh cầu nguyện
Rồi... nhẹ bước trở về trần...
Viễn khách ơi! Viễn khách ơi!

Người hãy ngừng chân,
Nghe Tha La kể, nhưng mà thôi khách nhé!
Đất đã chuyển rung lòng bao thế hệ
Trời Tha La vần vũ đám mây tang,
Vui gì đâu mà tâm sự?
Buồn làm chi cho bẽ bàng!
ờ... Ơ... Hơ... ờ... ơ Hơ... Tiếng hát;
Rung lành lạnh, ngân trầm đôi khúc nhạc,
Buồn tênh tênh, não lòng lắm khách ơi!
Tha La thương người viễn khách quá đi thôi!

***

Khách ngoảnh mặt nghẹn ngào trông nắng đổ
Nghe gió thổi như trùng dương sóng vỗ.
Lá rừng cao vàng rụng lá rừng bay...
Giờ khách đi. Tha La nhắn câu này:
- Khi hết giặc, khách hãy về thăm nhé!
Hãy về thăm xóm đạo
Có trái ngọt cây lành
Tha La dâng ngàn hoa gạo
Và suối mát rừng xanh
Xem đám Chiên hiền thương áo trắng
Nghe trời đổi gió nhớ quanh quanh...

(*) Tha La là một địa danh thuộc Trảng Bàng, Tây Ninh, cách Thị trấn Trảng Bàng khoảng 3 cây số

BÍCH KHÊ

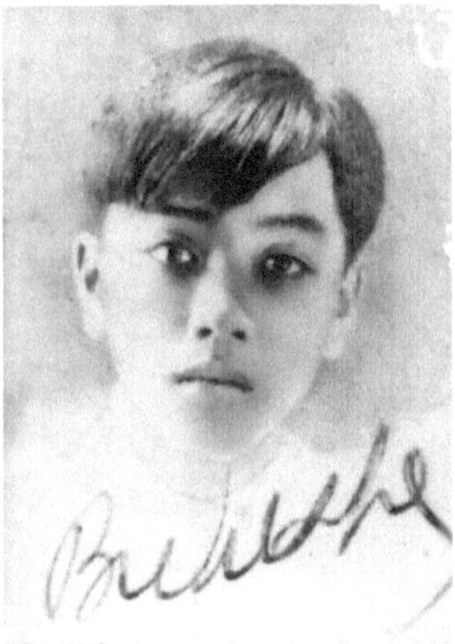

Bích Khê, tên thật là Lê Quang Lương, sinh ngày 24 tháng 3 năm 1916 tại xã Phước Lộc, quận Sơn Tịnh, tỉnh Quảng-Ngãi, nay thuộc tỉnh Nghĩa Bình, nhập tịch và cư trú tại quận lỵ Thu Xà cùng tỉnh.

Ông là con thứ chín của một gia đình nho học, người ông từng tuẫn tiết vì không chịu theo Nguyễn Thân đàn áp cuộc khởi nghĩa Phan Đình Phùng; người cha tham gia phong trào Đông du của Phan Bội Châụ Ông học tiểu học ở quê nhà và ở Đồng Hới, trung học học ở Huế, sau đó ra Hà Nội học ban trú tài nhưng nửa chừng bỏ dở.

Năm 1934 cùng người chị ruột Ngọc Sương vào Phan Thiết mở trường dạy học tư thục đặt tên là Hồng Đức.

Năm 1936, người chị bị sở mật thám Pháp bắt, trường tan vỡ, ông lên sống trong các ngôi chùa ở Phan Thiết. trở lại quê nhà đóng cửa làm thơ.

Năm 1937 Bích Khê bị bệnh phổi, sau khi điều trị trở về, lên sống trên núi Thiên Ấn thuộc Quảng Ngãi, tiếp tục sáng tác, rồi lại xuống biển, và lang thang trên một chiếc thuyền quanh các ngã Sa Kỳ - Trà Khúc. Năm 1938, lại cùng chị vào Phan Thiết mở trường dạy học, được vài năm bị thực dân Pháp đóng cửa.

Năm 1941, dạy học ở Huế. Năm 1942, bệnh phổi tái phát, ngày càng nặng, trở về Thu Xà sống những năm tháng cuối cùng với tâm trạng đau đớn, khắc khoải, song vẫn không ngừng sáng tác.

Ông mất ngày 17 tháng 1 năm 1946, lúc mới 30 tuổi.

■ THƠ BÍCH KHÊ

TỲ BÀ

(Bài thơ này đã được nhạc sĩ Phạm Duy phổ nhạc. Nhạc phẩm cùng tên)

Nàng ơi! Tay đêm đang giăng mềm
Trăng đan qua cành muôn tay êm
Mây nhung pha màu thu trên trời
Suong lam pha màu thu muôn nơi

Vàng sao nằm im trên hoa gầy
Tương tư ngày xưa thôi qua đây
Ôi! Nàng năm xưa quên lời thề
Hoa vừa đưa hương gây đê mê

Vàng sao nằm im trên hoa gầy
Tương tư người xưa thôi qua đây
Ôi! Nàng năm xưa quên lời thề
Hoa vừa đưa hương gây đê mê

Cây đàn yêu đương làm bằng thơ
Cây đàn yêu dương run trong mơ
Hồn về trên môi kêu: em ơi
Thuyền hồn không đi lên chơi vơi

Tôi qua tìm nàng vay du dương
Tôi mang lên lầu lên cung thương
Tôi không bao giờ thôi yêu nàng
Tình tang tôi nghe như tình lang

Yêu nàng bao nhiêu trong lòng tôi
Yêu nàng bao nhiêu trên đôi môi
Đâu tìm đào nguyên cho xa xôi
Đào nguyên trong lòng nàng đây thôi

Thu ôm muôn hồn chơi phiêu diêu
Sao tôi không màng kêu: em yêu
Trăng nay không nàng như trăng thiu
Đêm nay không nàng như đêm hiu

Buồn lưu cây đào tìm hơi xuân
Buồn sang cây tùng thăm đông quân
Ô hay! Buồn vương cây ngô đồng
Vàng rơi! Vang rơi: Thu mênh mông

ÁN SẦU

Sầu đâu sầu lạ lùng
Sầu theo lẽo đẽo ngàn trùng cũng theo
Bán sầu chi đó tệ
Xưa đã từng có kẻ bán hoàng thiên
Người bán trời không chứng mới là phiền
Còn tôi bán hàng sầu tiền chẳng lấy
Sầu nhấm ma men men khó tẩy
Sầu mời thần ngủ ngủ không ngon
Này sầu hoa sầu cỏ sầu núi non
Sầu tất cả bà con say tỉnh dở
Chưa nói đến tớ sầu vì tớ
Bôn ba mà vỡ lỡ nét tang thương
Ma dắt lối quỷ đưa đường
Sầu đây đó sầu vương chằng chịt mãi
Tôi muốn bán hàng sầu không vốn lãi
Khoẻ tinh thần hầu tính lại cuộc trăm năm
Để sầu, thêm rối ruột tằm

CẢM HỨNG

Mây bạc gác đầu non lúp xúp,
Ác vàng soi mặt nước lanh chanh.
Giữ tình cái én xuân muôn dặm,
Lắc giọt long đong cảnh một mình!

NGHE ĐÀN SÁO

Ti trúc mê li xuân dưới nguyệt
Có hoa vờ vật mộng trong hương
Tràng Anthủ ấy ai không biết
Vĩ Dạ đêm nay khách chật đường..

TỈNH TÔI KHÓC NỨC NỞ CHIÊM BAO

Tôi chết rồi tiếng nói như châu
Tản mác ra muôn vạn khí sầu
Người khóc: "Tình ta thơ mộng cả"
Để tìm khoái lạc ở chiêm bao

Tôi chết rồi tiếng nói như châu
Ánh sắc phương phi rất nhiệm mầu
Tôi sú tình tôi trong nước mắt
Mơ màng phối hiệp ở chiêm bao

Người khóc: "thiên tài của anh mô?"
Cho em ôm ấp chốn phòng thu
Cho em thờ phụng như châu báu
Rồi chết theo em tận đáy mồ.

NGUYỄN NGU Í

NGUYỄN NGU Í Tên NGUYỄN HỮU NGƯ

(20 Tháng 4 năm 1921- 18 Tháng 2 năm 1979)

Sinh tại làng Tam Tân (nay là xã Tân Tiến, thị xã Lagi, tỉnh Bình Thuận)

Ông có nhiều bút hiệu: Nguyễn Ngu Í, Nguyễn Hữu Ngư, Trịnh Nguiên, Tân Fong Hiệb, Phạm Hoàn Mỹ, Trần Hồng Hưng, Lưu Nguiễn, D.T.T, Nghê Bá Lý, Ngư Fi Lô Cô.

Ông là nhà giáo. Nhà thơ. Nhà báo Việt Nam

Cộng tác với Nam Kỳ Tuần Báo của Hồ Bữu Chánh. Rồi tờ Thanh niên của Huỳnh Tấn Phát. Tham gia việc thành lập hội truyền bá quốc ngữ Nam Kỳ.

TÁC PHẨM:

CÓ MỘT THUỞ

Ta đói à?
Thì ta dắt trâu ta cày ruộng ta
Ta xúc giống ta rải ruộng ta
Ta bắt mạ ta cấy ruộng ta
Rồi ta hát ta ca đợi ngày...
Ta khát ư?
Thì ta vác cuốc ta đào
Ta đào giếng ta
Nước đây rồi ta múc uống
Rồi ta nằm xuống
Đánh một giấc ngon lành
Dưới vòm lá cây xanh
Cái người ở tận đâu đâu
Mang danh là vua là chúa
Có ăn thua gì đến sự ta đói ta khát
Ta còn ta mất.

TỪ CHÙA NÚI CÚ, NHÌN XUỐNG HÒN BÀ

Nhè nhẹ sương bông ôm núi lịm.
Êm đềm cây cỏ đắm trong mơ...
Tiếng chuông đâu bỗng run lòng đá,
Ngó xuống trần ai, thấy: mịt mờ...
(Chùa Linh Sơn 1944)

CHỜ MỘT MÙA XUÂN

Bao hương thơm ngạt đưa nhân loại,
Bao thác rền tung giận thét đời.
Uất ức thay: Người! Căm hận: Đất!
Ai gom gió nước nhận bao Trời?
(Chân núi Trường Sơn Nam Ngãi 1947)

SÁNH LỄ

Gởi M

Tặng em một quả địa cầu
Có điên, có đói, có đầu ngổn ngang
Tặng em một dải giang san
Có thù có hận có đần độn ngu
Tặng em một hoa mùa Thu
Có sâu có nhặng có hư lẫn đừ...
Tặng em một khối óc bư +
Một tim sắt đá = một lư hương tàn

Tặng em xiềng xích hai chân
Bước đi nghiêng ngửa chẳng cần đếch chi
Tặng em đôi bàn tay chì
Siết nhau nát ngấu sá gì anh em
Tặng em, anh còn tặng thêm
Đôi bầu vú Mẹ dưới kềm lửa ai
Tặng em một xác xé hai
Nửa đeo bom nổ, nửa gài mìn tung
Tặng em, anh tặng sau cùng
Một Thiên-Đàng trống, một vùng Quỉ-Ma
Xin em đừng nửa tiếng la

MÁ

Má ơi! Con Má điên rồi,
Má còn trông đứng đợi ngồi mà chi?

Con nhìn Má, Má có thấy con không, hở Má?
Đêm khuya rồi, chỉ có Má, con thôi.
Nhà ngủ iên, và cả thế giới loi nhoi
Cũng thiêm thiếp với đất trời mệt mỏi.

Con nhìn Má, Má gầy nhiều, Má hỡi,
Xương, gân này rõ rệt ở tay chân.
Má lại đây, Má, cho con Má nhìn gần,
Coi tóc Má bạc nhiều hay bạc ít.
Má ốm, iếu mà Má tươi, mới chết
Cả lòng con ngào nghẹn lúc này đây.
Em chết, mang cả cháu ngoại đợi từng ngày...
Má đã khóc bao lần trong đạn lửa?
Hẳn Má đã dàu dàu như lá úa,
Nhưng khi ngồi chụp ảnh gởi ra con,
Má bảo: "Mình cố vui, vui nữa, vui hơn,
Cho nó tưởng mình vui, không buồn nữa..."

Con không buồn nữa, Má ơi! Con hứa
Không buồn đâu, vì Má lặng trong,
Vì Má ngồi iên, mà Má vững như trồng,
Ngồi tréo mẩy, tay vịn thành ghế sắt,
(Chiếc ghế sắt mà Thầy sơn dầu hắc,
Từ khi con lên bảy, biết phân li...

Chiếc ghế phiêu lưu, từ Cần-đước xuống ghe đi
Cần-giờ, rồi lên Bến-gỗ,
Rồi lên An-hảo rồi lại lên tàu ra Mường-mán, rồi lội bộ về
Tam-tân. Giặc bố chạy vào rừng,
Giặc bố già thì chạy lung tung,
Mà mặt ghế vẫn bình, chân chưa lảo đảo.)

Má đã khổ vì Thầy bị đày đi Lao-bảo,
Má có đau vì nhà nát, quê lìa,
Má còn sầu vì con ở đâu cia,
Má mới khóc vì con, cháu chết...

Và Nước... Đời Má dường mất hết,
Nhưng mà giờ, Má ngồi đó, vững vàng,
Nhìn chẳng thấy con, Má vẫn tin rằng
Rồi Má gặp con, con gặp Má,
Và rồi nắm tay con, Má sẽ ve vuốt má
Của dâu hiền iên lặng đứng bên con.
Má ngồi iên, Má trong lặng nhìn con,
Con rung động, nhận cái nhìn của Má.
Ừ ơ... Ví dầu con Má có sao:
Có điên có dại Má nào bớt thương!

(Qảng-ngãi, đêm 21-10-1950, khi nhận được ảnh Má và Em từ Cực-Nam khói lửa gởi ra).

▪ ĐỖ HỒNG NGỌC viết thêm...

Làm rõ vài chi tiết về Nguiễn Ngu Í

Gần đây tôi được đọc bài viết "Gặp Nguyễn Ngu Í và Bùi Giáng trong nhà thương điên" trên một trang Web của các bạn Việt kiều ở Ý, thấy có mấy chỗ sai, cần đính chính.

***1)** Nguyễn Hữu Ngư (1921-1979), nhà văn, nhà báo có nhiều bút danh trong đó bút danh Nguiễn Ngu Í (với I cụt) được nhiều người biết với loạt bài phỏng vấn văn nghệ sĩ rất nổi tiếng trên báo Bách Khoa thập niên 60 tại Sài gòn. (Ông còn có các bút danh khác như Ngê Bá Lí, Tân Fong Hiệb, Trần Hồng Hừng, Phạm Hoàn Mĩ...).*

***2)** Ông có lối viết tiếng Việt rất đặc biệt, rất riêng, gây ít nhiều tranh cãi, ít nhiều khó chịu cho người đọc, nhưng vẫn có cái lý riêng của ông. Thí dụ ông thấy không hợp lý khi ta viết NGA, nhưng lại NGHE (ông sửa lại NGE), GA nhưng GHE (ông sửa lại GE...). Mẹ ông họ Nghê, tên Mỹ,(Nghê Thị Mỹ) ở Tam Tân (nay là Tân Hải, Thị xã Lagi, Bình Thuận,), sau dời về Phong Điền và Hiệp Nghĩa, nay thuộc huyện Hàm Thuận Nam, tỉnh Bình Thuận. Cha ông là nhà giáo Nguyễn Hữu Hoàn gốc Hà Tĩnh, có tham gia phong trào Đông Kinh Nghĩa Thục (trong cuốn Đông Kinh Nghĩa Thục của Nguyễn Hiến Lê có nhắc đến). Cho nên ta thấy bút danh ông có khi là Ngê Bá Lí, Tân Fong Hiệb, Phạm Hoàn Mĩ...*

3) Bài viết "Gặp Nguyễn Ngu Í và Bùi Giáng trong nhà thương điện" nói trên... ghi ông là "nhà báo nông chuyên nghiệp" là không đúng. Ông thường ghi trong danh thiếp: "nhà văn, nhà jáo, nhà báo kông chuiên ngiệb" (tức nhà báo không chuyên nghiệp).

4) Bài viết cũng ghi ông muốn tái bản cuốn "Sống vô vi" của ông là không đúng. Ông không hề có cuốn sách nào có tên là "Sống vô vi" cả! Một trong những cuốn sách đã xuất bản khá nổi tiếng của ông là "Sống và Viết với..." tập hợp các bài phỏng vấn đăng trên báo Bách Khoa (Lê Ngộ Châu), trong đó có Nhất Linh Nguyễn Tường Tam, Đông Hồ, Bình Nguyên Lộc, Nguyễn Hiến Lê, Hồ

Hữu Tường, Sơn Nam, Doãn Quốc Sĩ... Ngoài tập "Sống và Viết với...", ông còn hai tập bản thảo là "Sống và Vẽ với...", phỏng vấn các họa sĩ nổi danh đương thời, và "Sống và Đàn với...", phỏng vấn các nhạc sĩ. Cả hai chưa được xuất bản. (Cách đặt tựa sách của ông cũng rất lạ!).

***5)** Trong thời gian nằm Dưỡng trí viện Biên Hòa (nay là bệnh viện Tâm thần Đồng Nai), ông cùng các "bạn điên" có ra một tập thơ, lấy tên là "Thơ điên thứ thiệt" rất thú vị. Trong tập thơ có vài bài thơ của Bùi Giáng. Thời đó, ngoài thuốc men, các bác sĩ ở Dưỡng trí viện Biên Hòa còn khuyến khích bệnh nhân làm thơ, vẽ tranh, đánh cờ, lao động tay chân v.v... như một liệu pháp chữa trị tâm bệnh.*

Khi được hỏi vì sao gọi là "Thơ điên thứ thiệt", thì ông cười bảo vì lúc này có nhiều người làm thơ giả điên quá! Cho nên ông bảo đảm thơ của ông và các bạn ở Dưỡng trí viện Biên Hòa là "thứ thiệt"!

***6)** Nguyễn Hữu Ngư (Nguiễn Ngu Í) là một nhà báo, nhà văn, nhà thơ có tài, tác giả tập "Có những bài thơ..." do Nxb Trí Đăng, Saigon 1972 xuật bản, cũng là một trường hợp hy hữu: sách có ruột mà không có bìa!. Ông là bạn cùng lớp, cùng trường Pétrus Ký với Trần văn Khê, Lưu Hữu Phước, Huỳnh Văn Tiểng... Sau này, gia đình có làm một tập tư liệu về ông- do gia đình và bạn bè viết- rất cảm động Ngu Í Nguyễn Hữu Ngư, qua ký ức người thân. Tác phẩm này cũng chưa đựơc xuất bản, do bà Nguyễn Thị Thoại Dung, vợ ông, cùng gia đình thực hiện (1996).*

Mẹ tôi và ông là chị em cô cậu ruột. Tôi gọi ông bằng cậu. Rất gần gũi, thân thiết. Những điều tôi đựơc biết về ông- với tư cách là người trong gia đình- đã được trình bày ở phần trên, để làm rõ thêm vài chi tiết.

Đỗ Hồng Ngọc
(Đỗ Nghê).

HOÀI KHANH

Nhà thơ Hoài Khanh
(1934-2016)

Tên thật: Võ Văn Quế. Sinh ngày 20 tháng 3 năm 1934

Tại Phường Đức Nghĩa. Thành phố Phan Thiết. Tỉnh Bình Thuận.

(Quê cha: QuảngNam. Quê mẹ Quảng Ngãi)

Qua đời ngày 23 tháng 3 năm 2016 tại Biên Hòa.

Cựu công chức. Từng chăm sóc tạp chí Giữ Thơm Quê Mẹ, và chủ trương nhà xuất bản Ca Dao.

TÁC PHẨM

■ THƠ:

- Dâng Rừng *(1957)*
- Thân Phận *(1962)*
- Lục Bát *(1968)*
- Gió Bấc Trẻ nhỏ Đóa Hồng và Dế *(1970)*
- Hương Sắc Mong Manh *(Thư Ấn Quán- Hoa Kỳ 2006)*

■ TRUYỆN NGẮN:

- Trí Nhớ Hoang Vu Và Khói (1970)

■ DỊCH THUẬT:

- Hành trình sang Đông Phương *(Herman Hesse) (1967)*
- Tuổi trẻ băn khoăn *(Herman Hesse) (1968)*
- Mozart: Cuộc đời và Sự nghiệp *(Percy M.Young) (1972)*
- Beethoven: Một phiến tài tình thiên cổ lụy *(J.W.N. Sullivan) (1972)*
- Tchaikovsky: Cuộc đời và nghệ thuật *(Percy M.Young) (1972)*
- Buông Xả Thanh Thản, Đối Thoại Triết học *(Martin Heidegger) (2007)*
- Thế Giới Tính Dục *(Henry Miller)*
- Đâu Mái Nhà Xưa *(Hermann Hesse) (1973)*
- Quê Hương Tan Rã *(Chinua Achebe)*
- Giáo Dục và Ý Nghĩa Cuộc Sống *(Krishnamurti) (1969)*
- Nghệ Thuật Truyền Thống và Chân Lý *(Walter Kaufmann....) (1967)*

THƠ HOÀI KHANH

TƯỞNG NHỚ NGƯỜI CHA

(Gởi các con, cháu tôi)

Nhớ người cha buổi xế chiều
Dạy con hàm ngụ những điều bâng quơ
Ru con bằng điệu bơ thờ
Câu ca dao cũ lặng lờ buồn xo
"Cây khô tưới nước cũng khô
Vận nghèo đi tới nơi mô cũng nghèo"
Gió từng cơn lọt luồn theo
Nước từng trận chảy eo xèo còn lưa
Câu ru từ bấy tới giờ

Theo con nay đã bạc phơ mái đầu
Bây giờ cha mẹ về đâu
Dường như trong gió vẳng câu thì thầm:
Ngàn năm hay vạn triệu năm
Người ta dẫu mất nhưng tâm vẫn còn!

8- 96

CÕI TUẦN DƯỠNG

(Tưởng niệm Bùi Giáng)

Niềm im lặng của thiên nga
Là niềm im lặng của ta lạc loài
Niềm im lặng của mây trời
Là niềm đốn ngộ của loài thi nhân (1)
Từ nơi ẩn dụ sông Hằng
Có trong tinh thể bội phần chiêm bao
Có trong thân thể gầy hao
Là cơn trùng phục mai sau vĩnh tồn
Niềm Vô, Hữu của linh hồn
Là niềm thao thức, chập chờn, lắt lay
Chính từ cõi thế gian này
Con người bỗng chốc đặt bày hư không
Rồi con người cũng mở lòng
Đón Nguyên – Sơ lại trong vòng tay ôm
Phương Nam lại trổi ngọn nồm
Cõi Tuần Dưỡng lại mở vòm vô biên.

2002

NGÀY VỀ

Ngày về tóc đã thành mây
Cơn mưa bỗng lạnh như ngày ra đi
Ôi cơn mưa quá diệu kỳ
Rụng từ thiên cổ nhân vì chiêm bao
Ngày về trăng có còn đâu
Đất kia cũng lạc mấy màu hoang sơ
Ngày về chỉ mấy vần thơ
Chắc chi lòng chẳng bơ vơ cuộc tình
Ta từ thở khói lênh đênh
Em từ Huyễn mộng mà quên Cội nguồn!
Ta từ trở lại trời đông
Tiếng con chim phượng vô cùng tịch liêu
Tiếng con chim nhạn kêu chiều
Máu ơi đã nở mấy triều biển dâu
Tâm ơi đọa lạc về đâu
Mình ta ngồi lại bên cầu sương phong
Mình ta trồng một đóa hồng
Để mai kia nở cõi đông muộn màng
Để mai kia cõi hàm oan
Nở ra một trận mưa ngàn lưu ly
Và em về với hạn kỳ
Gót son xin hãy nhẹ khi tếch bờ
Ngày về chép lại vần thơ
Vì em mà viết tự giờ hóa sinh
Ngày về lòng nguyện nguôi quên:
Hoa tàn, bướm rã, chênh vênh phận người!

CƠN QUÊN

Niềm tự hào duy duy nhất của ta là
Hơi Thở
Để run run trong mơ
Mỗi đêm giấc chiêm bao không buồn đến
Ôi giấc chiêm bao xanh muộn màng
Xanh khói thuốc, xanh mắt người nhớ tuổi
Muôn đời ôm dòng sông trong luyến niệm
Và dòng sông cứ trôi, trôi, trôi...
Cho ta về những chiều mưa ướt mắt
Ôi tóc em không còn bay
Mưa có làm lòng em thấy lạnh
Sao ta vô cùng buồn
Vì chưng áo em quá ướt
Làm sao bay, làm sao bay!
Để cho ta còn có thể run lên
Từng hơi thở nhói ran lồng ngực
Với áo em bay mãi tới thiên đường
Trong trí nhớ toan giã từ cõi trú

Niềm tự hào duy nhất của ta là
Hơi Thở

Để run lên với em
Ôi nỗi run run linh thánh giữa đời buồn
Vì mưa cứ mãi ướt hồn ta tóc trắng
Ướt hồn ta chiều nay về ngơ ngác
Con phố hoang lương với bóng trên đường
Với dòng chữ em hiển hiện chút tình thương
Cho ta sống; vì chưng ta vẫn Thở
Và hình như sống chỉ là để Nhớ
Ôi nhớ hoài nhớ mãi giữa- cơn- Quên.

Vườn đá ong 12-83

NHẬP ĐỊNH

Về đây trầm túy mặn nồng
Phiến du từng chuyến thôi lòng lắng nghe
Về đây bụi khói tàu xe
Chân đi hồn lạc tiếng ve hạ tàn
Về đây nghìn cõi âm vang
Đêm sâu rừng ruộng vui tan cuộc nào
Về đây ngắm cõi gầy hao
Vuốt ve ôi tóc cũng sâu suối ngàn
Về đây tự hỏi dung nhan
Cõi kia cành lạnh đi tàn hoang vu
Ôi nghìn năm trắng sương mù
Một người úp mặt trả thù thiên cơ

MẦU LƯU LINH

chim bay tàn bóng sa mù
thôi sương ở lại đền bù tuổi tôi
nằm đây lạnh suốt mặt trời
hoài thương quá khứ đã ngùi phiêu linh
phố xưa hồn đẫm lệ mình
sông xưa triều đã lênh đênh mấy mùa
nghe tàn cõi mộng hoang thưa
con chim lại hót trên mùa lang thang
mắt em hồ vỡ cung đàn
thôi xuân nào cũng mộng tàn đêm thâu
ngùi thương bóng nhỏ giọng sầu
cõi kia cũng quạnh quẽ mầu lưu linh.

ĐỒNG VỌNG

Về đây đá núi ngủ buồn
Cỏ ngu ngơ động cánh chuồn chuồn bay
Về đây ngắm lại bàn tay
Ngón dài ngón ngắn có ngày có đêm
Lần rồi có phải không em
Tình yêu đó cũng hao mềm như sương
Em đi lặng lẽ trên đường
Bước chân thon có gợi nguồn siêu sinh
Có vang từ cõi vô hình
Nhịp luân trầm vọng thanh bình biệt chia
Giờ đây đồng vọng bốn bề
Từ khi Á đến ta về thiên thu

HUYỀN CHI

Nhà thơ HUYỀN CHI

(Ảnh trên mạng)

Huyền Chi tên thật là Hồ Thị Ngọc Bút, sinh năm 1934 tại Từ Sơn, Bắc Ninh, theo gia đình vào Nam từ trước năm 1954. Lúc mới vào Nam, khoảng những năm 1948-1949, bà sống cùng chị gái tại Đà Lạt đến năm 1950 về Sài Gòn, vừa đi học vừa phụ mẹ trông nom sạp vải ở chợ Bến Thành. Thời gian ở Sài Gòn, Huyền Chi sinh hoạt với một nhóm văn nghệ sĩ trẻ và làm thư ký toà soạn chuyên trách mục thơ cho tạp chí Phụ nữ của bà Nguyễn Thị Lan Phương. Năm 1952, bà xuất bản tập thơ Cởi mở trong đó có bài Thuyền viễn xứ đã được nhạc sĩ Phạm Duy phổ nhạc thành một nhạc phẩm nổi tiếng.

Huyền Chi lập gia đình với giáo sư Trần Phụng Tường vào năm 1954, và theo chồng ra Phan Thiết, nơi ông đang dạy Pháp văn ở Trường trung học Phan Bội Châu. Lúc này, bà mở một hiệu sách mang tên Bút Hoa, trên đường Trần Hưng Đạo, Phan thiết.

Con gái út Ngọc Bút được sinh ra tại Sài Gòn khi ông làm việc tại đây. (Phan Thiết) Ngọc Bút được đi học tại Trường nữ tiểu học Phan Thiết.

TÁC PHẨM:

THUYỀN VIỄN XỨ

Ra khơi sương khói một chiều
Thuỳ dương rũ bến tiêu điều ven sông
Lơ thơ rớt nhẹ men lòng
Mây trời pha ráng lụa hồng giăng ngang

Có thuyền viễn xứ Đà Giang
Một lần dạt bến qua ngàn lau thưa
Hò ơi! Câu hát ngàn xưa
Ngân lên trong một chiều mưa xứ người

Đường về cố lý xa xôi
Nhịp sầu lỡ bước, tiếng đời hoang mang
Sau mùa mưa gió phũ phàng
Bến sông quay lại, hướng làng nẻo xa

Lệ nhoà như nước sông Đà
Mái đầu sương tuyết lòng già mong con
Chiều nay trời nhẹ xuống hồn
Bao nhiêu sương khói chập chờn lên khơi

Hai bờ sông cách biệt rồi
Tần Yên đã nổi bốn trời đao binh
Ngàn câu hát buổi quân hành
Dặm trường vó ngựa đăng trình nẻo xưa

Biết bao thương nhớ cho vừa
Gửi về phương ấy mịt mờ quê hương
Chiều nay trên bến muôn phương
Có thuyền viễn xứ lên đường... lại đi...

ĐỘC TẤU

Có những bài thơ như gió trăng,
Xa-vời, lồng-lộng ánh sao băng...
Lời trên trang giấy nghe xô-xác,
Nhạc réo bên tai những cánh bằng!

Có những bài thơ như bướm hoa,
Lung-linh, gờn-gợn ánh trăng tà;
Lời trên trang giấy nghe lưu-luyến,
Nhạc rót xuân hồng xuống tiếng ca...

Có những bài thơ đến não-nùng,
Thẫn-thờ nhắc lại chuyện mông lung...
Lời trên trang giấy nghe xao-xuyến,
Nhạc mắc trên tơ những phím chùng!

Có những bài thơ tráng-khi-ca,
Những trang hùng-sử bọc san-hà;
Lời trên trang giấy như giông-bão,
Nhạc thúc trong hồn vạn tiếng loa...

Có những bài thơ viết suốt đêm,
Để rồi không gửi một người xem;
Lời trên trang giấy nghe rưng-rức,
Nhạc vọng đầu tay mộng ảo-huyền!

Nhưng những bài thơ đau-xót nhất,
Nhạc lời như lịm dưới đôi chân;
_ Là không viết được trên trang giấy
Muôn tiếng đau-buồn của thế nhân...

Và những bài thơ vô-nghĩa-lý,
Bút cùn viết mãi chuyện cuồng-điên!
_ Đây những bài thơ vô-nghĩa-lý,
Bút cùn thừa-thãi chuyện vô-duyên!

MƯA ĐÊM

Mưa rơi rào-rạt mái ngoài
Đèn chong một ngọn, canh dài ngồi nghe.
Đường im không một bóng xe,
Một vài người khách đi, về bước mau.

Mưa gieo vào tận đêm thâu,
Nôn-nao bức-rức gục đầu vào tay.
Lòng vi-vút gió heo may,
Hoen hoen nước mắt như ngày còn thơ...

Thơ sầu viết mãi vu-vơ,
Đợi-chờ mà có ai chờ-đợi đâu?
Ngồi im nghe lạnh ngàn thâu,
Vài ba cánh vạc gọi sầu trong mưa...

Rã-rời có tiếng ngâm thơ,
Bên nhà hàng-xóm hững-hờ vọng sang:
_ "Có ai thuở nớ lên đàng,
Đêm ni đón gió mưa ngàn phương mô?"

ÁM ẢNH

Lẻ-loi gió lạnh vàng khung cửa,
Thờ-thẫn tay gầy buộc héo hon!
Bỡ-ngỡ trời ơi! mây bốn hướng,
Vàng son chưa thắm được vàng son!

Lòng tôi đọng lại nghìn sa-mạc,
Ám-ảnh mùa thu sắc áo rờn!
Một ngàn lẻ một triều hưng-thịnh,
Đổ cả tâm-tình xuống tóc đơn.

Tóc nõn măng tơ đàn trẻ nhỏ,
Kề nhau rưng-rức chuyện hoàng-hôn!
Não-nùng cô-phụ in rèm lạnh,
Nghe vỡ mùa trăng giữa đáy hồn!

Tóc bạc phơ-phơ cười tiết-tháo:
Sống thì tiết-liệt, chết thì chôn!
Bàn tay nức-nẻ vì giông-bão,
Run cả trang thơ một nỗi hờn!

Áo trắng lời ai qua nước mắt:
Kinh-thành chân lạnh bé con con!
Ngỡ-ngàng có kẻ cười ghê-rợn:
Hãy gẩy giùm ta một khúc đờn!

Nức-nở đêm nao bao mái tóc,
Hướng về cố-quận mấy quan-sơn...
Nức-nở đêm nao bao mái tóc:
_ Giờ đây không biết mất hay còn?

Thẫn-thờ trăng lạnh ngoài khe liếp,
Rời-rợi vàng rây trăng héo-hon!

GIAI ĐOẠN 1960 - 1975

ĐỖ NGHÊ

Nhà thơ ĐỖ NGHÊ (BS Đỗ Hồng Ngọc)

Sinh năm 1940 tại Phan Thiết. Bút hiệu Đỗ Nghê.

Quê nhà: Hàm Tân, La-Gi, Bình Thuận.

Đã cộng tác với các báo Bách Khoa, Văn, Tuổi Ngọc, Mây Hồng, Mai...

Mực Tím, Giác Ngộ, Từ Quang, Văn hóa Phật giáo...

Trong Nhóm Ý Thức, bán nguyệt san Văn học nghệ thuật, Saigon Việt Nam 1971.

TÁC PHẨM:

■ THƠ:

Tình Người *(1967)*;

Giữa hoàng hôn xưa *(1993)*;

Vòng quanh *(1007)*;

Thư cho bé sơ sinh & những bài thơ khác *(2010)*;

Thơ ngắn Đỗ Nghê *(2017)*.

■ TẢN VĂN, TÙY BÚT:

Gió heo may đã về; Già ơi... Chào bạn!; Những người trẻ lạ lùng; Cành mai sân trước (tuyển tập); Thư gởi người bận rộn; Như thị; Chẳng cũng khoái ru?

Nhớ đến một người; Ghi chép lang thang; Một hôm gặp lại; Để Làm Gì; Về thu xếp lại; Biết ơn mình;

■ HỌC PHẬT:

Nghĩ từ trái tim (về Tâm Kinh Bát Nhã); Gươm báu trao tay (về Kim Cang); Ngàn cánh sen xanh biếc (về Pháp Hoa); Cõi Phật đâu xa (về Duy-ma-cật);

Nếp sống an lạc; Thoảng hương sen; Thấp thoáng lời Kinh; Thiền và Sức khỏe.

Website: www.dohongngoc.com

Email: dohongngocbs@gmail.com

MỘT VÀI BÀI THƠ ĐỖ NGHÊ (ĐỖ HỒNG NGỌC)

THƯ CHO BÉ SƠ SINH

Khi em cất tiếng khóc chào đời
Anh đại diện đời chào em bằng nụ cười
Lớn lên nhớ đừng hỏi tại sao có kẻ cười người khóc
Trong cùng một cảnh ngộ nghe em!
Anh nhỏ vào mắt em thứ thuốc màu nâu
Nói là để ngừa đau mắt
Ngay lúc đó em đã không nhìn đời qua mắt thực
Nhớ đừng hỏi vì sao đời tối đen.
Khi anh cắt rún cho em
Anh đã xin lỗi chân thành rồi đó nhé
Vì từ nay em đã phải cô đơn
Em đã phải xa địa đàng lòng mẹ.
Em là gái là trai anh chẳng quan tâm
Nhưng khi em biết thẹn thùng
Sẽ biết thế nào là nước mắt trong đêm

Khi tình yêu tìm đến!
Anh đã không quên buộc étiquette vào tay em
Em được dán nhãn hiệu từ giây phút ấy
Nhớ đừng tự hỏi tôi là ai khi lớn khôn
Cũng đừng ngạc nhiên sao đời nhiều nhãn hiệu!
Khi em mở mắt ngỡ ngàng nhìn anh
Anh cũng ngỡ ngàng nhìn qua khung kính cửa
Một ngày đã thức giấc với vội vàng với hoang mang
Với những danh từ đao to búa lớn
Để bịp lừa để đổ máu đó em...

Thôi trân trọng chào em
Mời em nhập cuộc
Chúng mình cùng chung
Số phận...
Con người...

Đỗ Hồng Ngọc
(Saigon,1965)

MŨI NÉ

Em có về thăm Mũi Né không?
Hình như trời đã sắp vào xuân
Hình như gió bấc lùa trong Tết
Những chuyến xe đò giục bước chân.
Em có về thăm Mũi Né không?
Mùa xuân thương nhớ má em hồng
Nhớ môi em ngọt dừa xứ Rạng
Nhớ dáng thuyền đi trong mắt trong.
Em có về thăm Mũi Né xưa?
Con đường sỏi đá vẫn quanh co
Hoàng hôn sóng vỗ bên trời biếc
Sóng vỗ trong hồn ta ngẩn ngơ.
Em có về thăm Mũi Né yêu?
Mười năm như một thoáng mây chiều
Mười năm vườn cũ chim bay mỏi
Áo trắng chân mềm em hắt hiu.
Mũi Né ơi, người xưa đã xa
Mùa ơi gió bấc nhớ không ngờ
Năm nay người có về ăn Tết
Có ngậm ngùi nghe chút ấu thơ?

(1970)

XIN CÁM ƠN, CÁM ƠN

Xin cám ơn, cám ơn
Cơn bệnh ngặt nghèo quật ta gục ngã
Như cỏ cây trước cơn bão dữ
Như con thuyền tung hê lên vách núi cao
Cho ta trở về làm con thú hoang sơ
Trần truồng như nhộng
Kẻ cạo đầu người lột da
Kẻ đục sọ người giúp thở
Kẻ đặt ống sonde vào đường tiểu
Người bơm thuốc qua dịch truyền
Cho ta trở về làm con thú trinh nguyên
Cho ta trở về làm em bé sơ sinh
Không lý trí không nghĩ suy không toan tính.
Xin cám ơn, cám ơn
Cơn bệnh ngặt nghèo như cơn bão dữ
Bản tin thời tiết chưa kịp loan truyền
Quất qua đời ta cây cỏ
Để khi tỉnh dậy ta nhìn ra em
Nhớ tiếng người này nhìn ra người nọ
Gọi tên người này nhớ mặt người kia

Như đã qua một kiếp khác
Bao năm xa vắng quê nhà!
Nhớ bước chân trâu nhớ giàn bông bí
Nhớ cây khế ngọt nhớ trái dừa xanh
Nhớ tiếng mẹ già nhớ đàn con trẻ,
Nhớ người hàng xóm lâu nay còn lạ

Nhớ những người thương nhớ luôn người ghét
Thấy ai cũng tội nghiệp
Như ta
Đã bao lâu ta không sống với mình
Ta có ta mà quên ta phứt.
Xin cám ơn, cám ơn
Cơn bệnh ngặt nghèo quật ta kịp lúc
Cho ta trở lại với mình
Ta muốn ôm hôn tất cả mọi người
Và ôm hôn ta nữa
Cái đầu trọc lóc bình vôi
Hai lỗ thủng và 18 vết khâu từ ái
Ta ngạc nhiên lắng nghe mình thở
Lắng nghe sự sống cục cựa trong mình.
Xin cám ơn, cám ơn
Những cơn đau vật vã toát mồ hôi
Những nhức buốt thiệt thà thú vật

Khi đứng được hai chân như con người
Thật vô cùng hạnh phúc
Khi bước đi những bước con người
Khi còn được nghe được nói
Được cầm cây viết vẽ bâng quơ
Được đọc vài trang báo
Ôi phép lạ nhiệm mầu!
Những hòn sỏi bỗng có linh hồn
Những lá cây đong đưa lạ lẫm
Tiếng chim và ánh nắng
Như đã lâu rồi ta mới gặp nhau
Như đã lâu rồi ta mới quen nhau...
Xin cám ơn, cám ơn
Cơn bệnh ngặt nghèo quật ta gục ngã
Cho ta trở về làm con thú trinh nguyên

Cho ta trở về làm em bé sơ sinh
Tràn đầy hạnh phúc
Để ta biết chắc một điều có thực
Tình yêu
Đã giúp ta tìm lại chính mình
Đã giúp ta vượt thoát!

Đỗ Hồng Ngọc
(Bệnh viện AB 1997)

GIẢ SỬ

Giả sử sóng thần ập vào Nha Trang
Ập vào Mũi Né
Anh chỉ kịp quẳng em lên một chiếc thuyền thúng
Vút qua những ngọn dừa
Những đồi cát trắng
Em nhớ mang theo đôi quả trứng
Vài nắm cơm
Vài hạt giống
Đừng quên mấy trái ớt xanh...
Biết đâu mai này
Ta làm An Tiêm
Trở về làng cũ
Nơi này ta sẽ gọi là Nha Trang
Nơi kia gọi là Mũi Né...
Cho nên
Sao chẳng sớm mà thương nhau hơn?

(2011)

BÔNG HỒNG CHO MẸ

Con cài bông hoa trắng
Dành cho Mẹ đóa hồng
Mẹ nhớ gài lên ngực
Ngoại chờ bên kia sông...

(2012)

THƯ GỞI BẠN XA XÔI VỀ GHÉ QUA PHAN THIẾT

Mình về Lagi, thăm quê Ngoại dưới chân núi Tà Cú. Xưa, vùng này gọi là Phong Điền, Hiệp Nghĩa, cách Phan Thiết chừng 30 cây số. Cậu Năm Nghê Nhã Ý nói hồi nhỏ từ nhà, đi ngựa ra *Cây Số 30*, rồi bắt xe than đi Phan Thiết học. Mấy "công tử" thời đó là vậy. Nhà ngoại thì mênh mông ruộng vườn cây trái, dừa, chuối, cau, trầu, tiêu... Bây giờ không còn chút gì, trừ Thanh long của con cháu. Nhờ Thanh Long mà vùng quê nghèo nay đã khấm khá, có điều nó trông đơn điệu làm sao! Cả làng, cả xã, toàn thanh long là thanh long! Ban đêm, đèn điện sáng rực để lường gạt thanh long tưởng mặt trời mọc, vội vả ra hoa kết trái. Lâu lâu nghe bị ép giá, không "xuất khẩu" được, đem đổ. Từ ngày có thanh long "công nghiệp" thì mấy giếng xưa cũng dẹp, vì cả làng giờ đóng cọc để lấy nước ngầm tưới nên không còn giếng nước ngọt nào trong lành để uống. Nhớ hồi đó nhà Ngoại có cái giếng cả xóm đến gánh nước về uống. Mình thì chuyên múc nước giếng bằng gàu mo cau, ào ào xối tắm thiệt đã.

Lúc 10-11 tuổi (khoảng 1950), mình ở nhà Ngoại đi học trường Gò ông Nồm (gần Gò Đình bây giờ). Xung quanh lớp học, có đào nhiều hầm chữ U, chữ V, chữ Z để khi có máy bay đến thì tất cả nhào xuống hầm tránh bom... Ngày ngày đi học chân trần trên bờ ruộng, có mấy gốc mù u rậm rịt nghe nói có ma cũng ớn. Hàng ngày chỉ mang theo lủng lẳng cơm bó trong mo cau, kèm với con cá khô nướng. Buổi trưa cả bọn tắm ở mấy cái mương lớn, rồi đi móc đất sét vò thành mấy viên bi, bỏ vào lò gạch gần đó, đợi ít ngày thì viên bi chín cứng, màu sắc khá đẹp. Thời đó, bắn bi với đánh chõng là thú vui duy nhất của đám học trò. Các anh chị lớn, 15 16 tuổi cũng học chung. Chỉ có tới lớp Ba là hết. Trường núp trong lùm cây, cũng có cái sân rộng. Mình ốm nhom, nhỏ xíu, đen nhẻm, vẫn còn nhớ một chuyện ngộ: Chị Ch, 15-16 tuổi, đẹp nhất trường, một hôm được bức thư tỏ tình của anh Ngh, chị mang lên trình thầy giáo. Hôm sau thầy mang ra đọc cho cả trường nghe... và anh Ngh bị kỷ luật. Nghe nói sau đó phải nghỉ học! Giờ về quê Ngoại, nhớ toàn chuyện gì đâu. Còn nhớ chị Hai Ng đẹp nhất vùng, thanh niên cả làng đều mê, kể cả cậu Năm, cậu Ngư (Ngu Í)..., sau này nghe nói là vợ một ông tướng. Chị Sáu, cô Chín đều đã chết. Dì Ba T cũng đẹp nổi tiếng, sau mấy năm nằm liệt, đi xe lăn... vừa chết. Con dì là em D ở bên Tây cũng chết sau đó vài tuần... Tóm lại, lâu lâu về thăm quê mới biết cái cảm giác "không còn ai, đâu còn ai..." là có thiệt như người xưa từng nói. À mà, các bọn trẻ vẫn lớn nhanh theo đó thôi, như từng làn sóng đuổi nhau lớp lớp...

Từ Lagi quê nội lên quê ngoại Phong Điền, Hiệp Nghĩa chừng 20 cây số, qua Tam Tân, xóm chài nghèo bên biển, có Ngãnh Tam Tân rất đẹp nhờ những gộp đá và hồ nước lớn đổ ra biển như một con sông vào mùa mưa. Còn nhỏ, lội qua đó cứ nghe rờn rợn. Xưa, chỉ có con đường biển duy nhất, còn là rừng già, có cọp còn ra bắt người đi đường. Các thanh niên hướng đạo thời 1945 đã làm cái giếng Nguồn Chung ở Nước Nhỉ cho khách qua đường dừng chân nghỉ dưới bóng mấy cây dứa, lấy nước uống đỡ khát. Năm 1960, mình đi với cậu Ngu Í, đến đây chỉ còn thấy đống gạch vụn, cậu viết mấy câu thơ ngậm ngùi: *"Nằm đây mà ngó lên trời/ Lá cây dứa đã mấy đời đong đưa/ Nằm đây mà nhớ mơ hồ/ Những xanh tóc ấy bây giờ về đâu..."* ...

Thế nào cũng phải vọt ra Phan Thiết chút chớ phải không. Đi ngã Kê Gà, Văn Kê, Thạnh Mỹ, qua chỗ có Đá Nhảy cũng hay. Con đường dọc biển ngày nay rất đẹp. Đã nhờ nhà thơ Liên Tâm hẹn cho gặp ít bạn bè... Đã có Đỗ Quang Vinh, Dương Thế Thuật... tới sớm. Rồi gởi sách tặng Ngô Đình Miên, Nguyễn Như Mây, Phan Anh Dũng, Vũ Hy Triệu, Đinh Thị Ba, La Văn Tuân, Võ Nguyên, Nguyễn Thái Bình...

Lúc này làm biếng tệ. Già khú đế nó vậy. Viết thư ngày càng dở.

Thôi thì gởi vài tấm hình mình chụp cho bạn coi chơi thôi nhé.

Thân mến,

(Đỗ Hồng Ngọc. Phạm Văn Nhàn)

(Nhà thơ Liên Tâm nói thấy Đỗ Quang Vinh đang móc túi lấy tiền mà! Nhưng ít quá... bèn cho luôn!)

Phan Thiết. Caphe Ocean Dunes

(Sách bày giữa chợ/ Chẳng ai thèm mua/ Có người đến hỏi/ Mừng ký tặng cho...)

PHẠM VĂN NHÀN

PHẠM VĂN NHÀN

Sinh năm 1942 Tại Phú Trinh. Phan Thiết trong một gia đình đông con

Cựu học sinh PBC/PT. Khóa 19 Thủ Đức.

Đơn vị TTHL/ Lam Son. Dục Mỹ.

Trước 1975 chuyên viết phóng sự cho nhật báo Quyết Tiến

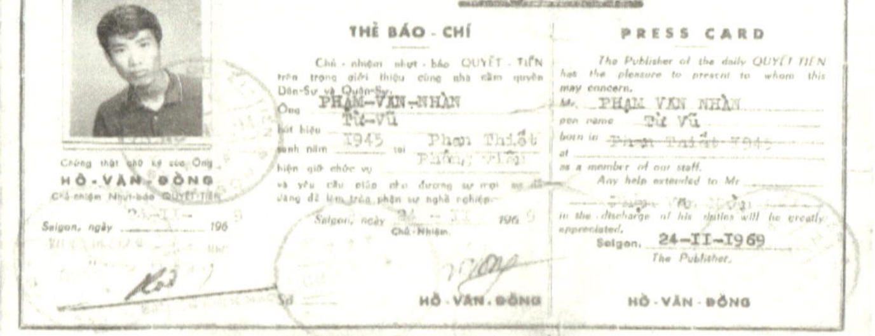

Quyết tiến

THẺ BÁO - CHÍ

Chủ - nhiệm nhựt - báo QUYẾT - TIẾN trân trọng giới thiệu cùng nhà cầm quyền Dân-Sự và Quân-Sự.

Ông PHẠM-VĂN-NHÀN

bút hiệu TỪ-VŨ

sanh năm 1945 tại Phan Thiết

hiện giữ chức vụ

và yêu cầu giúp cho đương sự mọi sự dễ dàng để làm tròn phận sự nghề nghiệp.

Saigon, ngày 24 - II - 1969

Chủ-Nhiệm

HỒ - VĂN - ĐỒNG

Chứng thật chữ ký của Ông HỒ - VĂN - ĐỒNG Chủ-nhiệm Nhựt-báo QUYẾT-TIẾN

Saigon, ngày 196

PRESS CARD

The Publisher of the daily QUYẾT TIẾN has the pleasure to present to whom this may concern.

Mr. PHẠM VĂN NHÀN

pen name TỪ VŨ

born in ~~Phan Thiết 1945~~

at

as a member of our staff.

Any help extended to Mr

in the discharge of his duties will be greatly appreciated.

Saigon, 24-II-1969

The Publisher.

HỒ - VĂN - ĐỒNG

Định cư tại Mỹ năm 1992. Năm 2001 cùng với nhà văn Trần Hoài Thư chủ trương tạp chí văn học Thư Quán Bản Thảo được 21 năm. Từ số 1 cho đến số 100 (tháng 9/2001 đến tháng 9/2022) thì ngưng.

TÁC PHẨM ĐÃ XUẤT BẢN:

- Vùng Đồi: *(NXB THƯ ẤN QUÁN 2000)*
- Màu Thời Gian: *(NXB THƯ ẤN QUÁN 2004)*
- 21 Khuôn Mặt Văn Nghệ: *(NXB THƯ ẤN QUÁN 2015)*
- Truyện và Ký: *(NXB THƯ ẤN QUÁN 2018)*

■ TRUYỆN NGẮN:

TRONG KHOẢNG TRỜI CHIỀU

(Khởi Hàng tháng 1/ 1970)

Thư quay qua người trung sĩ dặn dò một vài điều cần thiết trong đêm. Tiếng người trung sĩ dạ nhỏ rồi xách súng đi xuống những bậc thềm của ngôi nhà gạch đổ nát. Buổi chiều sắp lặn sau những hàng tre bên kia sông. Dòng Cà Ty trước mặt anh như sắp chìm lẫn vào trong bóng đêm mất hút.

Thư mồi tiếp điếu thuốc đi vào trong ngôi nhà gạch. Ngôi nhà bỏ hoang có lẽ đã lâu lắm cho nên có mùi âm ẩm của mốc meo. Một mùi ẩm nghe khó chịu và lạnh như trong nhà mồ. Anh hỏi người lính xem còn có cây đèn cầy nào không. Hắn lục trong xách ba lô và lấy ra cây đèn cầy. Thư mồi lửa. Ánh sáng từ cây đèn cầy rọi hắt vào những gương mặt bơ phờ, mờ ảo. Vách tường loang lỗ những vết đạn. Từng mảnh vôi tróc ra để lộ những viên gạch mầu đỏ sẫm, sần sùi. Không gian thật âm u trong ngôi nhà hoang này. Âm u như trên từng gương mặt của những người dân vừa mới bắt được khi chiều.

Ông trung sĩ Ba kéo cái ghế đẩu mà ông tìm thấy đâu đó đến cho Thư. Anh ngồi xuống ghế và hỏi:

- Anh cho anh em canh gác cẩn thận chưa?

- Dạ, xong hết rồi thiếu úy.

Anh yên tâm đám lính của mình. Và mong sao đêm qua nhanh. Bây giờ anh mới nhìn những người ngồi trước mặt anh. Những gương mặt mét xanh. Những cặp mắt lạc thần, âm u không còn cái lanh lẹ. Thư hỏi người đàn bà có chửa ngồi trước mặt anh bên cạnh người con gái có mái tóc dài mà hồi chiều anh không để ý đến những người bị bắt. Anh chỉ nghe trung sĩ Ba nói lại là bắt được gồm 20 người. Anh báo về ban chỉ huy xin lệnh. Hãy tìm một nơi nào đó giữ họ và chờ ngày mai. Đêm nay, 20 người ngồi trước mặt anh. Hai mươi con người như anh, từ lâu, đã bị loại. Anh hỏi người đàn bà có chửa:

- Tôi nghe ông trung sĩ nói chị không chồng sao có chửa. Tôi hỏi thật, chồng chị đâu?

- Trăm lậy quan thầy, em nói chồng em đi lính quốc gia.

- Chồng chị đi lính sao chị không theo chồng mà lại ở trong vùng bị chiếm?

- Dạ, con nghe nói ảnh đi lính ở đâu ngoài Bình Định.

- Ở xa như vậy mà sao chị mang thai 5,6 tháng?

Một vài tiếng cười của anh em lính đứng gác gần đó. Người đàn bà nghe hỏi, cúi xuống mân mê vạt áo bà ba đen, đôi dép trong chân của chị buông ra trên nền nhà ẩm. Phú ngồi bên cạnh Thư nóng nảy, nói:

- Thiếu úy để cho tôi. Đ. m giờ này mà còn nói láo. Chồng nhảy núi thì nói nhảy núi. Đi lính quốc gia! Đ. m đi lính cho Vẹm thì nói ngay cho rồi...còn cô kia?

- Ông gọi tôi. Người con gái ngẩng đầu lên hỏi.

- Cô làm cái gì trong vùng này.

- Tôi không làm gì hết.

- Mầy lại bướng với tao phải không? Thiếu úy cho tôi mang nó ra ngoài là nó khai ngay thôi.

Thư ngồi im lặng trên chiếc ghế đẩu hút thuốc. Dựa lưng vào vách tường. Bên ngoài trời tối đen như mực. Anh tự thấy chưa bao giờ anh sợ bóng đêm như hôm nay. Anh cố nhắm nghiền đôi mắt mơ màng bên khói thuốc lá... Anh thấy ghê tởm câu nói của Phú: mang nó ra ngoài là nó khai ngay thôi. Anh hiểu câu nói ấy. Giá lúc này anh có rượu để uống một cốc. Anh im lặng không thể nào trả lời câu hỏi xin của Phú. Một tiểu đội trưởng gan dạ trong đơn vị của anh. Bàn tay phải anh vuốt nhẹ trên báng súng M.16. Một sự im lặng nặng nề trong ngôi nhà gạch bỏ hoang này. Anh không ngờ Phú lại có ý nghỉ táng tận lương tâm đến như thế...

Vết thương lòng lại trở về với anh. Phú dục:

- Sao thiếu úy. Cho đàn em trị nó đi chứ?

Người con gái lại càng thấy sợ hơn khi nhìn Phú dữ dằn. Anh nhìn người con gái rồi nhìn Phú, nhìn trung sĩ Ba. Anh lắc đầu, rồi nói: để đấy cho tôi. Mai chuyển họ về ban chỉ huy rồi sẽ rõ. Thư không thể nào chấp nhận, cái lối chấp nhận của những tên Tây đen rạch mặt của hai mươi mấy năm về truớc...

Má anh đó. Dì của anh đó. Em của anh đó. Những gương mặt nhơ nhớp của những tên Tây đen rạch mặt năm nào như sống lại...Anh còn nhớ một buổi sáng trên rẫy nương, thấy Tây lên cả nhà chạy không kịp nên phải trốn vào bụi dúi bên một cái gò mối. Thế mà Tây nó vẫn thấy bắt hai người ra khai thác rồi thay phiên hãm hiếp. Hơn mười một thằng Tây thay phiên nhau thỏa mãn thú tính xong thì cả mẹ, cả dì và cả em của anh nữa cũng chỉ là cái xác không hồn. Hình ảnh của mẹ, của em vẫn còn đó thì anh không thể nào thỏa mãn sự yêu cầu của Phú. Bỗng dưng nước mắt của Thư như ứa ra. Anh đứng lên, nói:

- Không, không được. Chúng ta không có những hành động khai thác như vậy. Các anh hãy nghe tôi. Các anh hãy để tôi yên. Thư nói có vẻ vừa hằn học vừa tha thiết. Trung sĩ Ba biết tánh anh, im lặng. Còn Phú cũng vậy. Sự im lặng trở lại trong ngôi nhà hoang đầy bụi nhện. Lòng anh se lại như một buổi sáng nào đó trên rẫy nương. Anh quay qua người trung sĩ Ba:

- Anh ra xem anh em gác ra sao. Xem chừng đêm nay đó. Còn Phú lấy tên tuổi của những người này hết chưa?

- Xong hết rồi thiếu úy. Mai chỉ có việc giải họ về là xong.

Thư bắt đầu gợi chuyện với người con gái.

- Tại sao cô phải ở trong vùng này để bị bắt?

- Tôi về thăm nhà thì bị mấy ông bắt.

- Cô ở đâu mà về?

- Ở dưới quận.

- Vậy ai là người bà con của cô. Thư hỏi.

Người con gái chỉ vào người đàn bà có chửa rồi nói:

- Chị của tôi đấy. Chị bà con bạn dì ruột.

- Có chắc như vậy không? Thư hỏi.

- Ông không tin tôi đó là quyền của ông, còn tôi có sao nói vậy.

- Cô làm gì dưới quận?

- Đi học. Hôm nay nghỉ về thăm nhà thì bị mấy ông lùa.

- Cô có biết vùng này mất an ninh, sao cô lại còn về.

- Tôi tưởng có Đại Hàn, hơn nữa tôi là gái mà có sao.

- Sao lại không sao. Thời buổi này khổ lắm cô ơi. Giặc giã mà cô.

Người con gái nhìn người đàn bà có chửa rồi hỏi:

- Thưa ông, chị em tôi bị bắt như thế này có sao không?

- Chắc là không sao. Mai tôi đưa bà con về dưới đó có gì khai thật, rồi người ta thả về.

- Dạ, cám ơn ông.

Người con gái nói xong, cúi xuống vẽ những vòng tròn trên nền nhà trong ánh sáng yếu ớt của ngọn đèn cầy. Thư nhìn thấy trên gương mặt âu lo của 20 người. Những người cùng với anh một giọng nói, một màu da, một dòng máu. Những con người cần cù như mẹ anh, dì anh và em anh. Bây giờ những con người đó đang ngồi trước mặt anh, anh thấy cần phải có một cái gì đó để gần gũi.

Mẹ chàng? Em chàng? Không, mà là tất cả. Chỉ có chiến tranh mới làm cho con người ta thù hằn với nhau, chứ thật ra những con người này có thù hằn gì đâu. Thư ngồi xuống hỏi chuyện với một ông cụ đang ngồi dựa lưng vào vách, có vẻ mệt mỏi:

- Cụ ở đây hẳn là lâu?

- Dạ.

- Mấy ông trên núi thường có xuống không cụ?

- Ông hỏi mấy ông nào?

- Thì mấy ông Cộng-sản đó.

- Ồ! Tưởng ông hỏi ai chứ mấy ổng đêm nào lại chẳng xuống. Có khi cả ban ngày.

- Không sợ quốc gia lên sao?

- Quốc gia nào?

- Như tụi cháu đây nè. Tụi cháu là lính quốc gia, lính của đồng bào. Đồng bào không sợ gì hết.

- Sao mấy ổng nói mấy ổng cũng là lính của đồng bào.

Thư và mấy người lính còn lại trong căn phòng cùng cười theo câu nói của cụ già. Người con gái cũng ngước đầu lên, hất mái tóc ra sau cũng mỉm cười theo những người lính.

Thư hỏi tiếp:

- Đồng bào ở đó cực khổ sao không bỏ đi tìm nơi khác làm ăn?

- Bỏ đi đâu nữa thầy. Tụi tôi sống nhờ chút ít đất để lại. Bỏ đi biết lấy gì mà sống. Xa cái cầy cái bừa có nước mà chết đói.

- Thì ở đây cũng chết về súng đạn vậy?

- Quen rồi thầy ơi. Đêm nào cà nông ở dưới quận cũng bắn lên.

- Có khi nào thấy lũ nó chết không? Trung sĩ Ba hỏi.

- Lũ nào thầy?

- Thì bọn giải phóng đó.

- Có chứ.

Thư nhìn bà cụ ngồi bên cạnh người con gái. hỏi:

- Còn cụ, cụ thích quốc gia hay giải phóng?

- Lão già rồi có biết gì là quốc gia là giải phóng.

Người con gái ngồi bên bà lão cúi đầu xuống, tay vẽ những vòng tròn trên nền nhà trong ánh sáng không được rõ lắm của cây đèn cầy. Mái tóc dài phủ trên bờ vai. Anh nghĩ đến Duyên. Nghĩ đến những ngày phép ngắn ngủi. Những buổi sáng trời mù sương hai người đi trên bờ sông. Duyên cũng có mái tóc dài đó. Cũng vóc dáng đó, mảnh mai. Và, đôi mắt. Đôi mắt nhãn lồng đen to. Duyên với những buổi sáng trời mù sương rồi cũng qua đi với những ngày phép cũng hết, anh trở lại với những cuộc chiến, với xóm làng không có người ở, với những cây dừa khẳng khiu không còn bẹ vì thuốc khai quang...Duyên cũng ở trong vùng bị chiếm, nàng theo gia đình bỏ làng mạc về ở khu định cư bên bờ sông. Giá như Duyên còn ở trong vùng bị chiếm thì làm sao tránh khỏi những cuộc hành quân lục soát bắt bớ, hay phải chịu những sự đóng thuế cho những người bên kia. Trăm chuyện rồi cũng trút lên đầu lên cổ người dân, Thư thấy chua xót, ray rứt. Rồi những sự tình nghi bắt bớ. Những cái chết xảy ra thật lãng ở trong thành phố bởi những trái đạn từ bên kia rót tới. Cuộc chiến lan tràn. Ba ngày trước anh nhận được thư của Duyên cho hay thành phố bị đến 10 trái bích kích pháo. Có một trái rơi xuống mé sông làm chìm một chiếc ghe máy, khá là khu định cư không sao.

Thư mồi tiếp điếu thuốc rồi đứng dậy lấy khẩu M.16. Anh nói với đám người bị bắt hồi chiều: bà con ngồi yên ở đây, ai có đi đâu thì nói với lính gác, kẻo không họ tưởng lầm bắn chết thì ráng chịu. Xong Thư bước ra. Người con gái đưa mắt nhìn theo chàng rồi tiếp tục cúi xuống vẽ những vòng tròn trên nền nhà gạch sụp đổ.

(Khởi Hành/ Tháng 1.1970)

BUỔI CHIỀU TRONG THÀNH PHỐ

Mười năm. Phải. Tôi trở về lại thành phố mà tôi đã lớn. Những con đường. Những góc phố như ngày nào tôi đã đi qua và nhìn thấy. Phố vẫn như cũ, chẳng có gì thay đổi sau mười năm tôi ra đi. Không như những thành phố tôi đã trải qua. Những ngôi nhà cao từng mới cất. Những con đường mở rộng cho những chuyến xe cơ giới nhà binh vận chuyển. Thành phố mà tôi trở về hôm nay vẫn mang bộ mặt của một cô gái quê còn rụt rè, nhút nhát, không chịu tô thêm chút son phấn để thành phố có một bộ mặc mới, đẹp hơn. Nhưng dù gì trong cuộc chiến vừa qua, nó ít mang tính mỹ hóa hơn các thành phố khác.

Nhưng ở đâu rồi cũng thế, cũng những chiếc xe nhà binh với ngôi sao trắng chạy qua vội vã. Và, chị Khản vẫn thường viết thư cho tôi kể về những đêm pháo kích hay những tiếng đại bác vẫn nổ đì đùng dội về trong đêm. Những lá thư của chị như một chuyện cổ tích ngàn lẽ một đêm, kể hoài kể mãi không hết những chuyện xảy ra ở quê nhà.

Nhưng bây giờ thì khác, thật sự tôi đã trở về. Khi tôi bỏ cái lớp áo bên ngoài từ một thành phố rộn rịp người ta bỏ chạy ở thị trấn Ba Ngòi. Một bà già ngồi bán nước trà nóng bên lề đường với một cậu bé, có lẽ là cháu ngoại hay nội chi đó, giúp bà mang ly trà nóng tới cho khách. Thấy tôi cởi giầy cởi áo bỏ lại. Bà nhìn rồi hỏi: cậu có áo quần xi-vin không? Tôi cười: vầy cũng được mà bác. Có nghĩa là chỉ cần cái quần xà lỏn màu cứt ngựa với cái áo thun trắng mặc trong người. Bà nói chi đó với đứa cháu, thằng bé chạy về nhà mang ra một bồ đồ. Tôi mặc vào cụt ngủn. Thằng bé đứng nhìn rồi cười. Tôi cũng cười theo nó. Buổi trưa ở Ba Ngòi nắng gắt. Ngột ngạt bởi người là người từ miền ngoài đổ về. Tiếng khóc tiếng la của trẻ con. Tiếng chửi bới ỏm tỏi từ một góc phố trên quốc lộ. Tiếng bánh xe cơ giới rít mạnh trên mặt đường như giận dữ tạo nên một âm thanh nghe chát chúa, khó chịu. Tôi nhìn thằng bé, nhìn bà già nói lời cảm ơn rồi đón xe xuôi nam. Thằng bé nhìn theo, nói vói: bồ đồ của ba cháu đấy, chú mặc lấy hên. Tôi đưa tay vẫy nó. Buổi trưa ở Ba Ngòi một lần hôm đó là thôi, và tôi không trở lại.

Chị Khản dặn: cậu đi chơi cẩn thận, thành phố còn bất ổn lắm đó. Tôi cười: ai biết mình đâu chị. Vừa nói tôi vừa đưa tay lấy cái nón nỉ của thằng cháu con chị Khản. Cái nón nhũn vành vì đội lâu ngày, lụp xụp xuống vành trán. Tôi nói với chị, tôi đi. Chị hỏi: tối về dùng cơm, chị chờ. Tôi cười cười: thôi chị ạ. Tấp vào nhà thằng bạn nào đó rồi cũng xong. Cẩn thận. Chị dặn lại: thành phố hôm nay có những con người lạ lắm.

Mười năm, con đường từ nhà chị Khản xuống phố vẫn còn nhiều ổ gà. Vẫn dãy phố cổ im lìm, mệt mỏi. Bên kia đường là khu bịnh viện. Chiếc cổng sắt đóng kín, một vài chiếc xích lô nằm chờ khách như một thói quen mỗi ngày họ đến rồi đi. Cứ thế tôi đi suốt dọc con đường mà tôi đi lại hàng ngày thuở còn đi học. Hàng phượng bên đường vẫn xanh lá. Từ ngã tư bưu điện, nơi phát xuất những con đường xuống biển, ra ga mà ngày nào tôi cũng đạp xe đi đi lại lại với lũ bạn. Tiếng cười. Tiếng chọc phá vui ngày nào như còn đâu đây bên những gốc phượng già. Chiếc cầu sắt đen sậm bắt qua sông thời Pháp thuộc như nhịp thở của người dân trong thành phố. Gãy đi thời kỳ nước lụt năm nào được sửa lại cũng bằng với những thanh sắt đen sì đó. Dòng sông với dãy phố chạy dài dọc theo con đường dẫn xuống biển. Dãy phố lầu quét vôi vàng đã tróc lớp vôi cũ từng mảng lớn. Một bức tường chắn ngang chiếc đầu máy xe hủ lô thời Pháp của ty lục lộ vẫn còn đặt ở đó. Mấy mươi năm rồi khối sắt và nước sơn màu vàng đã bạc mầu.

Nhà người bạn tôi đây. Mở cánh cổng bên hông ra nhà sau. Nước cống thải chạy dọc theo bức tường của ty lục lộ cũ bốc lên có mùi thúi. Cửa đóng chặt. Tôi nhón người nhìn vào nhà. Trống vắng. Có tiếng người ho trong dãy hành lang dài mờ mờ với những chiếc thùng gỗ lớn hình tròn dùng làm nước mắm trong dãy nhà dọc đối diện với bức tường của ty lục lộ cũ, mà khi vào tôi không để ý. Tiếng người đàn ông hỏi:

- Ông tìm ai đó?

- Dạ. Tìm anh Khanh.

- Đi hết rồi. Đi hơn tuần nay, lúc thành phố mới lộn xộn.

Tôi nói: Vậy hả bác.

Vừa nói tôi vừa bước chân xuống bậc cấp của ngôi nhà định đi. Người đàn ông lại hỏi vói:

- Sao cậu không đi như nhà cậu Khanh?

- Đi đâu hả bác ?

- Thì đi chứ đi đâu. Đi tìm một chỗ để sống. Lộn xộn mà. Mấy người nhà giàu đều đi hết. Mấy ngày nay tôi cũng chẳng dám ra đường. Sợ tai bay vạ gió.

Tôi cười cười rồi chào ông ra đi. Có tiếng người con gái ngồi đâu đó. Nói:

- Ba cứ nói. Không sợ!

Người đàn ông nói thêm:

- Cậu không biết. Hai hôm trước chợ bị đốt. Tôi tưởng cả thành phố cháy theo ngôi chợ.

Tôi nói: vậy hả! Rồi đi dọc theo bờ sông. Biển không xa, chỉ cách vài con đường. Trong những đêm thanh vắng, ngồi trên sân thượng nhà Khanh có thể nghe từng tiếng sóng vỗ bào bờ. Dưới sông, những chiếc thuyền đã vào bến đậu. Và ánh đèn điện leo lét dưới chân cầu sắt đen sậm đủ để soi rõ những chiếc thuyền đánh cá từ biển vào chạy qua cầu về trên xóm lò heo. Cái dóc cầu vẫn sáng lờ mờ như thời chiến tranh đệ nhị sợ máy bay đồng minh thả bom. Và ngôi vườn hoa cổ trong thành phố cũng thế.

Thành phố mười năm trước tôi ở vẫn ánh đèn lờ mờ soi không tỏ lắm trên những con đường rợp bóng me Tây hay phượng vĩ. Và bây giờ vẫn vậy.

Thằng bạn đã ra đi. Còn ai nữa. Tôi đến nhà vài đứa cũng cửa đóng then gài. Thành phố như vừa trải qua cơn bão lớn. Cuốn trôi hết tất cả ra biển. Con đường chính. Phó xá đóng cửa. Rác rến ngập trên vỉa hè. Chỉ còn vài ba ngôi nhà cửa hé mở. Một tiệm sách vẫn còn mở hờ cánh cửa. Tiệm sách này của một ông thầy dạy học trường tư. Tôi vào mua một tờ báo. Nhật báo cũng chẳng có. Chỉ còn vài ba tạp chí văn học. Thấy tên của người bạn in trên bìa tạp chí BK. Thích quá, mua ngay. Định tối về nhà chị Khản nằm dài dưới nền gạch hoa mà đọc. Tôi hỏi ông chủ tiệm sách: còn tạp chí nào khác nữa không? Ông ta cười méo xẹo: làm gì còn, tháng này không có báo chí chi cả. Đường bị cắt khoảng rừng lá. Xe Sài Gòn không ra được.

Lâu, không gặp người bạn văn này. Kể từ khi rời khỏi Tháp Chàm. Hắn đi chinh chiến biệt tăm. Tôi cũng thế. Biền biệt chiến chinh. Thôi được, cứ đọc văn của người bạn như đã thấy bạn. Thằng bạn nóng tính. Cái nóng của người lính bình thường khi bị xúc phạm. Cả tôi nữa, cũng thế. Để rồi cả một chai bia không biết làm sao trút hết cơn giận đập bể nát trên mặt bàn trong ngôi nhà tranh ở ngoại ô thành phố Qui Nhơn mà đáng lẽ phải đập chai bia ấy lên trên đầu của người bạn thơ khi hắn mới bị bắt về tội trốn lính. Cũng vì mấy chữ mà hắn gọi chúng tôi là lính đánh thuê.

Rời khỏi con phố chính, đi ngược lên dóc cầu tìm tới quán cà phê bên cạnh vườn hoa cổ. Cái quán cà phê có tự hồi nào, lâu lắm dưới tàn cây me Tây. Ngày đó, mỗi lần về thăm phố, mấy đứa bạn hay rũ ra đây ngồi uống cà phê, hóng gió từ dưới sông lên và nghe nhạc TCS. Lạ, ở ngoài chiến trường về mà sao vẫn thích nghe loại nhạc này. Có lẽ cũng cầu mong một sự an bình nào đó cho bản thân qua những dòng nhạc của ông. Thực tế và hiện hữu. Đại bác đêm đêm dội về thành phố. Người phu quét đường dừng chổi đứng nghe...Chị Khản vẫn thường viết thư cho tôi và cũng thường ca cẩm như thế. Đại bác...dội về thành phố...., ngồi uống cà phê buổi sáng nơi ngôi quán này, nghe bạn bè nói lại một cô giáo đi chiếc xe PC để tới trường dạy học. Khi đi ngang qua sân quần vợt bên hông toà tỉnh thì pháo kích. Cô giáo ngã chết bên chồng sách vở học trò của cô vừa chấm điểm tối hôm qua. Những bông hoa tươi thắm của mấy cháu học sinh đem tới đặt nơi cô nằm xuống. Tươi mát những đoá hoa của tình thầy trò. Bây giờ, tôi lại đến quán này. Sân quần vợt vắng vẻ. Cô chủ quán giờ đã già hơn những năm trước. Giờ này, cô cũng chẳng nhìn ra tôi. Bộ áo quần xi vin rộng lùng thùng. Cái nón nỉ nhũn vành của đứa cháu. Đôi dép nhật lẹt xẹt trên đường. Chẳng ai biết tôi là ai. Và, tôi cũng chẳng biết ai. Khi một vài thanh niên ngồi bàn bên trong đưa mắt nhìn tôi có vẻ...khi thấy tôi bước vào cửa. Có lẽ họ nghĩ tôi như chị Khản đã nói: Thành phố hôm nay có nhiều kẻ lạ. Bởi vì, khi tôi mới bước chân vào quán, họ im lặng và sửa lại thế ngồi. Tôi lạ lắm sao dưới vành nón nỉ lụp xụp như thế này?

Nắng chiều trải trên những ngọn cây trong công viên. Gió dưới sông thổi lên mát. Ngôi quán trở nên xa lạ một cách lạ lùng. Đâu rồi những người bạn một thời cà phê thuốc lá. Đâu rồi những buổi sáng ngồi uống cà phê nghe chim sáo hót trên những tàn cây cao trong công viên. Đâu rồi những hoa vông nở rộ đỏ thắm trên cành. Những buổi sáng đẹp trời lạ lùng với những đứa bạn... Tôi trả tiền ra đi, cô chủ quán ngồi bó gối trên cái ghế bành bện bằng những sợi dây mây, tôi thấy những ngón chân của cô nhịp nhịp trên thành ghế với lớp sơn móng chân đỏ tróc ra trông nham nhở. Cô chủ quán cũng chẳng nói chẳng rằng. Có lẽ cô cũng nhìn tôi: thành phố có nhiều kẻ lạ.

Rời quán, định đi về nhà chị Khản, nằm dài dưới nền gạch đọc cái truyện của người bạn trong tờ tạp chí vừa mới mua. Nhưng rồi tôi đi dọc theo bờ sông ngược lên đầu nguồn đến một xóm chài. Phải rồi. Bạn bè đã bỏ đi. Hi vọng còn một người bạn đang tu trên chùa. Tôi tìm đường lên động cao. Dưới chân động là xóm chài và dòng sông uốn quanh. Bóng chiều ngã về phía Tây. Mặt trời đỏ ối trên những đám mây chiều u uẩn. Những ngôi nhà sàn. Những người con gái đang vá lưới, nhìn tôi: thành phố có nhiều kẻ lạ. Tôi tìm đường lên chùa. Những người con gái này như mối ăn ánh đèn đêm. Tối xuống là áo quần nhiều màu sắc lượn phố cười nói ồn ào trên đường hay vào rạp xem cải lương. Tôi biết như thế mười năm về trước.

Đường lên chùa, ẩm nước. Những dòng nước vẫn rỉ ra hàng ngày hàng đêm từ trong động chảy ngoằn ngoèo ra sông. Đường lên chùa đã xây bằng những bậc cấp, dễ đi. Đứng trước cổng tôi ngần ngừ nên vào hay trở ra. Giờ này, có lẽ sắp công phu. Nhưng, người bạn tôi đã thấy. Chiếc áo nâu sòng di chuyển từ bậc thềm đi ra cổng:

- Ông mới về?

Tôi dở cái nón nỉ xuống cầm trên tay, vái một vái.

- Vâng! Thầy mạnh giỏi.

- Vẫn mạnh. Còn ông?

- Lo!

Ông cười.

Bây giờ chúng tôi không phải là những thằng bạn khi xưa nữa. Ngày nó vừa học xong trung học, nó bỏ đi tu. Không còn mầy tao như ngày nào thả rong ngoài ruộng để chơi những trò chơi của trẻ con nữa, mà hôm nay tôi phải xưng hô đàng hoàng hơn.

- Lo cái gì? Thầy hỏi.

- Đủ thứ!

- À! Tôi hiểu rồi: cái có và cái không của ông hôm nay phải không? Ông lại cười. Nụ cười đôn hậu.

Tôi nói thầm trong bụng: *chán bỏ mẹ khi tới thăm ông*. Nhưng còn ai nữa đâu khi mười năm tôi trở lại thành phố này. Chúng nó đã bỏ đi hết rồi. Chỉ còn tôi với ông là bạn cũ.

- Thầy cứ nói. Sao lại không lo. Thầy khác. Tôi khác. Khi mà...

- Tương lai của ông đã mất...?

- Không phải thế. Tôi..sợ việc khác...

Thầy nhìn xuống dòng sông, cười:

- Địa ngục. Thiên đàng. Khổ. Sướng chứ gì? Này ông: địa ngục chẳng có mà thiên đàng cũng không. Đừng lo. Tất cả là huyễn hết. Ông vẫn an nhiên tự tại. Ngày hôm nay có khác hơn ngày hôm qua. Nhưng ông vẫn là ông tự tại trên cõi đời này. Cõi đời này có mà không, thì ông lo nghĩ làm gì cho bạc tóc.

Rồi ông nắm tay tôi, nói:

- Vào đây.

Trên lối đi vào chùa, những bông sứ trắng rụng đầy. Một mùi thơm thoang thoảng trong không gian chiều xuống. Mặt trời vẫn ửng đỏ trên dòng sông. Tôi và ông ngồi xuống trên băng đá, dưới những tán bông sứ. Dưới chân đồi, dòng sông vẫn chảy không ngừng. Và, cái làng chài nhỏ bé kia vẫn có cuộc sống như ngày nào, dù cho bạn bè tôi có bỏ đi. Sông và làng chài vẫn hiện hữu. Tôi và người bạn tu hành vẫn còn đây trong thành phố mà tuổi thơ của tôi và ông vẫn còn chất ngất hương thơm. Như mùi hoa sứ hôm nay trước sân chùa. Ông nói:

- Ông có thấy gì không?

- Thấy gì?

- Mùi hoa sứ.

- Có nghe thấy.

- Đấy. Mười năm, ông chinh chiến, có khi nào ông để tâm mà nghe cái mùi rất đơn sơ này không? Tuổi nhỏ của ông và tôi hay đi nhặt những hoa sứ này trong ngôi vườn của một ông Tây trên toà sứ. Lúc ấy bọn mình ngỡ là bình yên. Bây giờ ông ngồi lại đây với tôi và ông đã thấy ông.

Tôi cười nhìn xuống dòng sông.

Người bạn tu hành của tôi nhìn về chân trời phía Tây đỏ ối ánh mặt trời chiều. Nói. Giọng nói nhẹ tênh trong hơi thở: ông đừng bỏ đi đâu nữa. Tất cả rồi cũng là không. Ông nhé.

Tôi nhìn người bạn tu hành. Vái một vái. Xuống động cát rời chùa. Sau lưng tôi, vẫn còn nghe thấy hương thơm của hoa sứ và tiếng chuông chùa ngân.

(đầu tháng 4/1075)

VÙNG ĐỒI

Mỗi ngày, khi mặt trời vừa xuống sau cánh rừng bên kia những ngọn đồi thì gió lại bắt đầu thổi. Gió thổi từ đầu hôm cho tới sáng. Từng cơn gió rít mạnh ngang qua căn nhà lá nhỏ của anh nằm dưới chân đồi. Gió rít qua kẽ lá không làm cho anh giật mình thức giấc, mặc dù có những đêm gần như anh thức trắng trên chiếc võng đan bằng những sợi ny lông được tháo ra từ những bao cát, khi anh còn ở trong trại tù tỉnh, sau năm 1975. Với những đêm như thế, trong tiếng gió rít qua những khe hở của vách lá, anh nghe hình như có nhiều tiếng nói, tiếng cười của những đồng đội trong đơn vị của anh trên ngọn đồi này. Ngọn đồi, mà trước đó vào năm 1972 một đơn vị nhỏ của Mỹ đã rút đi, đơn vị của anh được điều tới để thay thế làm nút chặn ngăn con dường giao liên từ hướng núi Ông đổ về đồng bằng.

Khi còn đơn vị đồng minh đồn trú ở đây, cánh rừng phía Tây bên kia những ngọn đồi đã được khai quang. Rừng đã bị con người đẩy lùi ra xa khu vực phòng thủ. Đến khi đơn vị của anh đến trú đóng, thuốc khai quang hình như không còn hiệu lực, những hạt mầm bắt đầu nảy, và những cây non mọc trở lại, thưa thớt. Đám lính ít ỏi trong đơn vị đồn trú trên vùng đồi cũng chẳng ai để ý tới những cây rừng đó. Có nó cũng được mà không có nó cũng được. Ở đây, rừng dù xa, nhưng gió lúc nào cũng thổi về vào những lúc hoàng hôn xuống như ngày nào. Có người nói vùng đồi nằm ngay miệng gió. Những người lính cũng chẳng có thời giờ đâu để mà tin hay không tin là vùng đồi nằm ngay miệng gió. Có điều, khi hoàng hôn vừa đổ xuống, thì vùng đồi gió lại nổi lên. Rồi đêm nào cũng thế, những người lính đóng trên đồi cũng phải mang theo cấp số đạn cơ hữu của mình xuống đồi làm nhiệm vụ kích đêm.

Có những đêm anh không thể nào ngủ được. Anh nhớ đến buổi chiều trên ngọn đồi này cùng với những đồng đội của anh, mà hầu hết đã nằm ngủ im lìm sau một trận pháo của địch từ bên kia cánh rừng pháo tới. Trận pháo mà họ muốn dứt điểm vùng đồi từ lâu. Bây giờ họ mới đổ lửa xuống ngọn đồi với một đám lính ít ỏi. Trong trận pháo đó, anh ngất đi sau lần bị thương. Khi tỉnh dậy, trời đã khuya. Ánh sáng của vầng trăng thượng tuần yếu ớt, lờ mờ tỏa trên vùng đồi im ắng làm anh phát sợ. Anh nhìn lên bầu trời đầy sao, trong áng sáng lờ mờ của con trăng đầu tháng, đồng đội của anh đâu hết rồi? Sao không nghe tiếng động nào, từ bước chân người đi, đến tiếng động va chạm của vũ khí. Anh cố gắng bò ra khỏi miệng hố phòng thủ, và trong ánh sáng của con trăng đầu tháng, anh cất tiếng gọi đồng đội. Anh gọi tên từng người một: Chuẩn úy Ngọ, trung đội trưởng đâu rồi? Thằng Vinh, tiểu đội trưởng sắp sửa cho con cái xuống đồi khi trời chạng vạng tối, đâu rồi....

Nhiều lắm mà. Sao nghe im lìm qúa vậy. Chỉ có tiếng anh gọi trong đêm. Chẳng lẽ chết hết rồi sao? Hay có lẽ anh gọi nhỏ quá mà bạn bè chẳng có đứa nào nghe. Nhưng trong ánh trăng lờ mờ đó, hình như anh nghe có tiếng chân người và tiếng nói: Còn có người còn sống. Tụi bây ơi. Anh nghe tiếng nói, tự nhiên anh nằm im. Có phải đơn vị của anh lên để giải cứu, hay là địch sau những lần pháo ồ ạt, chúng lại xung phong lên. Anh cố bò trở lại hố chiến đấu cũ, nhưng máu từ vết thương lại ra nhiều làm anh không thể bò thêm được nữa. Anh cố gọi to, nhưng rồi anh ngất đi. Tĩnh dậy từ một quân y viện dã chiến. Anh biết anh còn sống.

oOo

Chiến tranh chấm dứt. Sau khi ra khỏi tù anh trở về thăm lại làng cũ. Làng cách xa vùng đồi chẳng bao xa, mất khoảng nửa ngày đạp xe đạp. Về thăm lại làng cũ, anh quyết định lên sống trên vùng đồi mà trước đó khi còn chiến tranh, những người bạn của anh đã ngủ im dưới ánh sáng của con trăng thượng tuần. Khi mà những trái pháo đã đổ lửa xuống ngọn đồi để tiêu diệt đơn vị nhỏ bé của anh.

Vùng đồi như một mãnh lực thôi thúc anh hàng ngày phải lên trên đó. Nhiều lần anh nói với ông Miêng, bác anh ý định lên đó sinh sống. Ông Miệng không cản. Nhưng hỏi:

- Mầy làm cách nào để sống trên vùng đồi đó?

- Làm rẫy và tôi sẽ phủ xanh ngọn đồi này.

- Không dễ đâu. Tao nghe đám đi ăn cây thường hay nghỉ dưới chân đồi nói trong tiếng gió rít mạnh qua vùng đồi ban đêm, hình như có tiếng cười của ma quỷ?

Anh muốn nói với ông Miêng tiếng cười mà những người đi ăn cây nói đó là tiếng cười của bạn bè anh. Những thằng bạn đã chết trong một buổi chiều, mà những người bên kia cánh rừng đã bắn pháo tới. Trong buổi chiều hôm đó anh cũng đã ngất đi mấy lần vị bị thương. Giấc ngủ của những đồng đội của anh cũng như vết thương trên cơ thể của anh vẫn còn hằn sâu trong tâm thức. Làm sao mà quên được. Mỗi lần trời trở gió, những vết thương cũ lại hành hạ anh, không sao chịu nổi. Những vết thương đó, và những cái chết của đồng đội anh đó, nào ai biết được.

Cuối cùng rồi ông Miêng cũng đánh xe trâu đưa anh lên vùng đồi. Đứng trên ngọn đồi nhìn về hướng rừng, những cây con mọc kín bưng, bắt kịp với cánh rừng trước mặt. Đỉnh đồi vẫn trơ trọi. Anh nhìn quanh ngọn đồi một vòng, nhớ lại từng gương mặt của mỗi đứa. Chỗ này là hầm chiến đấu của chuẩn úy Ngọ. Chỗ kia là hầm của thằng Hòa, thằng Ất và còn nhiều đứa nữa. Còn chỗ này ông Ngọ cho đặt khẩu đại liên đây mà. Nhưng hôm nay dấu vết chiến tranh đã bị thời gian xóa nhòa trên vùng đồi này. Dưới chân đồi, cây rừng mọc kín, và lại có nhiều con đường mòn do vết xe trâu của những người đi làm rừng tạo nên, ngang dọc. Anh nghĩ anh sẽ biến vùng đồi này trở thành một màu xanh. Không phải màu xanh của cây rừng, của cỏ dại. Có thể là một màu xanh của một rừng thông, để chiều chiều nghe tiếng thông reo trên đó. Nhưng cũng có thể một màu xanh của những cây ăn trái. Dầu gì thì vùng đồi sẽ phủ một màu xanh. Một màu xanh tuyệt vời cho những người bạn của anh trở về, và biết đâu một ngày nào đó, anh cũng nằm xuống nơi đây bên cạnh những đồng đội của anh đã nằm xuống ngày nào.

Anh đang nghĩ về ngôi nhà mà anh phải dựng. Phải rồi, phải dựng ngôi nhà ngay bên cạnh con đường nhỏ này đây. Con đường duy nhất để cho những người lính ngày nào đi lên, đi xuống. Hay những buổi chiều chạng vạng xuống đồi để kích đêm. Đêm nào cũng thế, những người lính lại âm thầm đi ăn đêm. Những tọa độ kích đêm được ông Ngọ đánh dấu cẩn thận trên tấm bản đồ hành quân để báo về cho thẩm quyền. Những đứa con đi ăn đêm, sáng hôm sau trở về vùng đồi trong cái ướt sũng của sương rừng, với những hơi thuốc lá, và tiếng nói cười râm rang trên con đường mòn dẫn lên đồi. Ngày nào anh cũng đứng chờ những người bạn của anh, qua một đêm kích biết sống chết ra sao: "Tụi mầy còn sống trở về, tao đang đợi tụi bây đây". Nhưng hôm nay không còn nữa, im ắng quá. Tiếng cười tiếng nói ngày nào đâu mất hết rồi, chỉ còn lại có mình anh với tiếng gió rít qua vùng đồi không thay đổi.

Ông Miêng, đứng bên cạnh anh, nói:

- Mầy vẫn không thay đổi ý định lên trên đây.

- Không.

- Định trồng cái gì trên vùng đồi này để sống?

- Đào. Đào lộn hột. Bác thấy sao?

- Bao giờ mới phủ xanh hết ngọn đồi, mậy?

- Một năm, hai năm không biết chừng. Tôi sẽ trồng, bác xem.

oOo

Mấy tháng đầu có vất vả. Những hạt giống được bỏ xuống không có kết quả. Ông Miêng nói với anh: Tao đã nói với mầy vùng đồi này chỉ có gió là nhiều. Dù gần rừng, nhưng mưa thì trốn biệt. Cứ đánh lỗ để đó, khi nào có mưa sẽ bỏ hạt.

Hơn một năm sau. Những cây đào bắt đầu lên cao. Vùng đồi cũng đã có sự sống. Từ nơi ngôi nhà lá nhỏ bé dưới chân đồi đã có tiếng gà gáy vào buổi sáng, tiếng chó sủa vào buổi chiều. Cũng như có bóng dáng anh ở trên vùng đồi để chăm sóc cho những cây đào cùng những đám rẫy quanh nhà. Những chiếc xe trâu của những người đi ăn gỗ cũng dừng lại bên cạnh nhà anh. Vùng đồi không còn hoang vu.

Từ những hột đào anh đi thu nhặt ở khắp mọi nơi. Cho đến những nơi nào có trồng đào là anh đi tới xem cách thức người ta trồng. Anh hỏi họ gía của mỗi cây giống, họ thách trên trời dưới biển, anh làm sao có tiền để mua, sau khi ở tù ra. Vả lại, ông Miêng có nói: Mầy cứ kiếm hột để khô, dễ hơn là trồng cây giống. Dù bây giờ đi tìm hột đào có khó, bởi vì nó là món hàng xuất khẩu cao. Tuy nhiên anh cũng tìm được những hạt giống từ các em nhỏ trong làng, mỗi khi anh thấy cần về làng, hay theo xe trâu của những người đi rừng trở về thị xã mua vài thứ cần thiết cho cuộc sống hằng ngày.

Những đêm trăng sáng, anh thường hay ngồi im lặng trước sân nhà nhìn lên đỉnh đồi. Nơi đó những cây đào bắt đầu lên cao. Trong tiếng gió rít mạnh ngang qua vùng đồi, lúc nào anh cũng nghe như có tiếng gọi của đồng đội anh. Mỗi lần nghe như thế, anh lại lên đồi cùng với hai con chó như hai người bạn thân của anh, quấn quít. Có lần ông Miêng lên thăm anh và ở lại. Tiếng gió vẫn rít qua vùng đồi vào mỗi đêm, và anh lại lên đồi cho tới khuya mới trở về ngôi nhà lá, mặc cho ông Miêng có trong ngôi nhà đó. Khi anh trở về, ông hỏi:

- Mầy làm gì đi lên đó khuya dữ vậy?

- Lên thăm mấy đứa bạn.

- Có ma nào trên đó mà mầy đi thăm.

- Họ thức trên đó vào ban đêm mà. Bác làm sao hiểu được.

- Coi chừng mầy bị bịnh đó. Tao đã nói với mầy đám thợ rừng thường nói vùng đồi này có ma.

Anh chẳng nói, trở lại nằm nơi chiếc võng. Hai con chó cũng nằm phục dưới chân anh. Ông Miêng tới bên cái bếp khươi cho ngọn lửa cao thêm để nấu ấm nước. ông nói:

- Mầy phải uống chút gừng cho ấm bụng kẻo bị sương rừng. Thường hay đi ban đêm như vậy không tốt đâu.

Tiếng gió lại rít mạnh len qua kẽ vách. Anh ngồi dậy trên chiếc võng, hỏi:

- Đó. Bác có nghe gì không?

- Tao có nghe gì đâu, ngoài tiếng gió. Tao đã nói với mầy vùng này là vùng gió mà.

Hai con chó như muốn nhỏm dậy khi thấy anh ngồi lên, gừ gừ dưới chân anh. Ông Miêng lại khươi cao ngọn lửa. Ngôi nhà lá được sáng hẳn lên do những thanh củi. Ông nói:

- Tao nghĩ mầy nên lấy vợ.

- Vợ con làm chi bác.

- Có cũng đỡ hơn chứ. Đêm hôm tăm tối trên vùng đồi này.

Thế rồi tháng nào ông cũng đánh xe trâu lên ở lại với anh vài ba ngày. Lúc này vùng đồi đã có nhiều gia đình dưới xóm lên phá đất làm rẫy. Chẳng có ai tới đây lập nghiệp mà biết rằng nơi năm trước đã có một cuộc chiến xảy ra nơi đây. Những trái đạn pháo như đổ lửa xuống đỉnh đồi không rộng bao nhiêu, giết chết những đồng đội của anh. Hai năm. Hai năm anh lên sống ở đây, vùng đồi ít ra cũng đã phủ xanh để cho những người bạn của anh trở về trong mỗi đêm, để họ không còn nhìn thấy cảnh hãi hùng của những trái pháo đã đưa họ vào giấc ngủ miên trường.

Có lần ông Miêng trở lại vùng đồi thúc anh lấy vợ:

- Tao đã tìm cho mầy một con rồi. Con nhỏ này làm y tá ở xã. Nó tên Lài. Nếu mầy chịu, mai tao đưa mầy về làng xem mặt nó.

- Thôi bác ơi, tôi không đi đâu hết. Bỏ những người bạn trên đồi làm sao tôi đi được.

- Bạn bè nào. Mầy cứ nói nhảm như điên, như dại. Bộ mầy khùng rồi à.

oOo

Mấy hôm nay anh lên cơn sốt cao, lúc nào anh cũng mê. Trong cơn mê anh thấy những người bạn của anh đang ôm súng nằm phủ kín vùng đồi. Và anh, anh đi hết chỗ của người này đến chỗ của người khác. Nơi nào anh cũng hỏi từng người một: "*Mầy có mang thêm lựu đạn không. Nếu tụi nó có tấn công mà ném chứ*". Rồi anh tới người lính khác: "*Có mang theo đủ cấp số đạn không mầy.*" Anh tới bên vọng gát: "*Ráng thức nghe mậy. Ngủ gục là chết cả đám đó nghe*". Trong cơn mê anh thấy hết tất cả. Anh gọi tên từng người. Không thấy có ai trả lời. Thế rồi anh nói to: "*Đó. Những cây đào tao trồng cho tụi mầy đó. Cành lá xum xuê đó, có cả trái đào nữa, về mà chạy nhảy rong chơi như thời còn thơ ấu ở quê nhà. Nơi nào cũng là quê cả tụi bây ơi. Về đi. Về đi. Về với ta*". Anh la to làm hai con cho giật mình chồm dậy. Chủ bịnh, hình như chúng cũng muốn bịnh theo. Anh nằm liệt giường đã mấy ngày nay. Những người đi ăn gỗ trên rừng, dừng xe lại cạnh nhà, mới hay anh lên cơn sốt nặng. Họ về làng nói cho ông Miêng biết. Ông vội đánh xe trâu lên vùng đồi cùng với Lài.

Ông Miêng đến, anh cũng chẳng hay biết. Ngôi nhà lá mà anh chẳng bao giờ khóa cửa. Cánh cửa chỉ để khép lại để tránh ngọn gió đêm. Ông đến bên cạnh anh, đưa tay lên trán, nói với Lài:

- Nó nóng ghê quá cháu à.

- Để cháu cho ảnh uống thuốc hạ sốt. Không đến nổi chi đâu.

- Tao sợ.

- Bác cứ nghĩ quẩn.

Đêm đó ông Miêng không sao chợp mắt được. Thỉnh thoảng ông lại khươi ngọn lửa từ nơi cái bếp làm bằng ba viên gạch xây. Ngọn lửa bùng lên một đổi rồi cũng tắt. Chỉ còn lại ánh sáng của ngọn đèn dầu heo hắt treo trên cột nhà, mà có lẽ mấy ngày nay anh cũng không thắp sáng. Nhờ có viên thuốc hạ sốt của Lài, ông Miêng thấy trên da thịt của đứa cháu ông mát lại.

Sáng hôm sau, cơn sốt như biến mất sau mấy ngày làm anh nằm liệt trên giường. Anh đến bên cửa sổ nhìn lên vùng đồi chỉ cho Lài nhìn thấy một vườn đào đang lên tươi tốt. Anh nói:

- Cô Lài dám lên trên đó không?

- Em nghe bác nói trên đó có ma.

- Cô sợ?

- Không. Nếu có anh cùng đi.

- Chẳng có ma quỉ nào đâu. Bạn tôi đó.

Thế rồi anh trở lại ngồi trên chiếc võng kể lại câu chuyện cho ông Miêng và Lài nghe về một trận pháo cách đây vài năm, khi anh còn là một người lính đóng quân trên ngọn đồi này.

Ông Miêng trầm ngâm ngồi dựa lưng vào gốc cột, kéo dài hơi thuốc lá, hỏi:

- Sau trận pháo đó chẳng còn ai sống?

- Không. Chết hết. Chỉ còn mình tôi.

- Mầy đưa tao lên trên đó. Cháu Lài đi với bác chứ?

Hai con chó lẩn cẩn chạy theo chân anh lên đồi. Những cành đào vươn dài ra là là sát mặt đất. Mùa này đào đã ra hoa. Dấu vết chiến tranh nơi đây chẳng có người nào biết được, nếu không còn ai sống sót sau buổi chiều bị dập pháo đó. Anh đưa ông Miêng và Lài đi một vòng đồi, nơi mà ngày xưa đơn vị anh đóng quân. Anh chỉ cho hai người thấy nơi nào là hố phòng thủ của đồng đội anh. Những hố phòng thủ không đủ để che cơn mưa lửa điên cuồng của những người bên kia khu rừng đổ ập xuống trên một diện tích nhỏ hẹp. Thử hỏi còn có người lính nào chịu nổi. Trong trận pháo đó, anh bị thương nặng, bò ra khỏi miệng hố kêu gọi đồng đội xem có đứa nào còn sống không. Chẳng có ai lên tiếng. Anh chỉ cho ông Miêng và Lài:

- Hình như tôi bò ra chỗ này đây.

Rồi anh ngồi xuống. Ông Miêng và Lài cũng ngồi theo. Nơi đó, bây giờ là cây đào. Không phải một cây mà là một vườn đào đang tỏa một màu xanh bao trùm. Ông Miêng nhìn bao quát trên vùng đồi như tìm một vị trí, rồi nói:

- Mai, tao đánh xe trâu chở vật liệu lên đây. *Cất cái miếu để thờ.*

TỪ THẾ MỘNG

Tên thật: Nguyễn Đình Tư

Sinh ngày: 5/5/1939

Mất ngày: 27/3/2007

làm thơ thuở còn đi học.

ĐÃ XUẤT BẢN:

- Tiếng Thơ Miền Trung (1959)
- Tình Thầm Lặng *(1996)*
- Biển Của Một Thời *(1999)*
- Lời Ca Cỏ Non *(2001)*
- Lẽo Đẽo Một Phương Quỳ *(2002/ Thư Ấn Quán Hoa Kỳ in)*
- Dáng Mẹ Trăm Chiều *(2003)*

BUỔI TRƯA RƯỢU NGÀ NGÀ TẮM BIỂN NINH CHỮ

Đất trời cũng nhẹ như ta
cũng phiêu lãng tắm
cũng tà tà bay

Ngỡ như trời đã riêng bày
biển Ninh chữ
với ta
đầy cuộc chơi

Ừ thì biển đó
ta ơi
vòng tay cảm tạ ơn trời
được không?

Tiệc vui
gặp buổi phiêu bồng
tiệc mê mẩn tiệc
vui nồng nã vui.
Biển xanh
xanh ngắt lưng trời
ta tan vào giữa trưa đời
lặng xanh

Còn gì lại
giữa mông mênh?
có cô em đứng làm thinh
mỉm cười!

Phan thiết 95

CÔ BÉ TRƯỚC MẶT NHÀ

(Tặng Mộng Giao)

7 con chim én bay vào trời xanh hóa thành mùa xuân cả 7.

Má ơi
con kể về cô bé trước mặt nhà mình
16 tuổi nụ hồng mê mẩn sáng
chiếc răng cời xinh thật là xinh
nổi trên gương mặt nõn nà kia
sống mũi dâng lên đường thẳng tắp

Con lại đi bằng lối đi vòng
thư bằng giấy học trò, chỉ thấy mênh mông là nỗi nhớ
phải nhờ người trao hộ
vậy mà chữ run lòng con run

Con tái bút nhiều lần thư hưa gởi được
Mồ hôi run ướt cả giấy bao ngoài
con thập thò, tím cả trái mồng tơi
con bóp nat trong tay lúc nào không biết

Ôi thư gởi đi rồicon như rực lửa
chân ở đây mà tay ở đó
mắt ngược xuôi nào ai hiểu rõ
lòng con xuôi ngược ở nơi đâu

chắc má biết dó là cô bé Giao
mộng của hồn con, con làm thơ cả xấp
nhưng cả lòng con chỉ như vừa biết đọc
con đọc hoài tên Giao là Giao Giao Giao

Bảy năm con trậm trà trậm trật
Giao chạy hoài và con đuổi miết
gia đình Giao có ai bằng lòng con
nhà mình nghèo thấy rõ bàn tay thấp

Bảy năm như một giấc mộng dài
luôn hiện con dưới trời mưa nắng
buổi sáng theo sau đưa, chiều trước đón
lên tận lớp Giao ngồi, đêm ngủ hóa ra thơ

Bảy năm trời chạy theo tình say sưa
dạy ở Blao, con bỏ dạy bay về
chỉ để đứng khuất trước cổng nhà Giao trong đêm khuya
nhìn: lồng lồng trong xa kia Giao ngồi học

Giao trốn qua thăm con vừa thẹn vừa run
căn phòng rối ren đang bộn bề cảm xúc
bỗng có tin gọi Giao về gấp
thôi chết, còn gì Giao của con!

Con chạy vù qua bao nhiêu lần vấp
mặc máu tươi ướt đẫmngón chân trần
con nấp trước cổng nhà Giao chờ tiếng khóc
liều đem tấm thân người tình si
phủ lên Giao, hứng hết lằn roi quất

Thưa Má
trong tình yêu con vẫn thường dại dột
nhưng chỉ có tình yêu mới ban cho con những
ngày hạnh phúc!

(Trường ca Má Thương yêu- trích đoạn)

PHIÊN KHÚC HỒNG

(tặng Giao)

Hôm nay
tôi cưới nàng
trời mưa rất nhiều hôm qua
mà vụt nắng
Tôi bâng khuâng
cài đóa hoa hồng
trên mép áo
rước dâu
bên nhà nàng
Nàng thẹn thùng
cúi xuống
áo thơm hồng
như áo mới cô dâu
Hai đứa chắp tay
cùng cúi đầu
qùy xuống
lạy
hai đứa thành VỢ - CHỒNG

Họ hàng đi qua
con đường nhỏ
sáng long lanh
Áo vàng thương áo tím
đỏ
lục
xanh
hồng
Trời mưa rất nhiều hôm qua
mà vụt nắng
thênh thênh!

NAI RỪNG

Đôi vú nâng nâng trên ngực em trần
là gái lạ của trời cao nguyên đó
ánh mắt hoang vu, nụ cười trẻ nhỏ
thịt da nàng in nắng mới tinh khôi

Dáng nhỏ reo vui, bước bước qua đồi
giọng ríu rít như một loài chim lạ
sương xuống chênh vênh, núi rừng cao cả
nàng về đây từ thuở mới khai nguyên

Đoá hoa lạ từ trời cao mới nở
tôi cầu xin ơn phước rất vô biên
cho nàng mãi là nai rừng bỡ ngỡ
để rừng sâu còn lại chút linh thiêng!

Blao 61

BAO LA

Chỗ em nằm
sóng xô từng đợt nhỏ
chảy qua anh

Biển bao la
mặc biển
em bao la
giọt nước chảy qua mình!

(Phan Thiết 94)

LÀM SAO NÉN NỖI TRÁI TIM MÌNH

Phan thiết trông khô như cánh đồng trần trụi
Làm gì có hai hàng tre xanh
  gió rì rào rì rào
Làm gì có con đường mát rượi
  thương hoài bàn chân không
Làm gì có dòng sông nước trong
  tha hồ lội
  tha hồ vóc đầy tay
  uống!

Nhưng Phan thiết có đầy món ăn ngon
Má thương con thương ngày đói khó
Một nắm xôi bùi
Vài khoanh cá béo
Chưa ăn đã thấy lòng thơm thảo
Đã tươi ngon mấy nỗi quê nhà!
Phan Thiết cũng cho con nhiều nỗi bực mình
Vì giọng Huế của con:
- Mạ ơi! mạ xuột cại cươi chưa ? (*)

Lũ con trai bỗng dưng cười ngất
Lũ con gái cũng cười khúc khích!
Chú học trò đang nặng bóng quê xa
Làm sao nén nổi trái tim mình ?
Con lăn xả vào
Con lăn xả vào
đầy mình thương tích
Và trái tim con
đau thắt nỗi quê nhà!

(Trường ca Má thương yêu. Trích đoạn)
(*) Má ơi! Má quét cái sân chưa ?

NGUYỄN LỆ TUÂN

Tên thật: Nguyễn Minh Ý

Sinh năm 1944 Tại Phan Rí/ Bình Thuận

Mất năm 2005 tại Sài Gòn

ĐÃ XUẤT BẢN:

* Quê Hương Không Quê Hương *(1966)*

* Quê Hương Máu Và Nước Mắt *(1968)*

TỰ KHÚC

Mai ta chết xác tan vào lòng đất
Ta chỉ xin em nắm cát trắng quê nghèo
Dựng một lều thơ trông ra cửa biển
Để hồn ta mãi mãi được quạnh hiu.

SỰ RA ĐI CỦA ĐỨA CON

Mặt trời ngừng quay khi buổi chiều đã tắt
Khi con người hết thở và nằm yên vĩnh biệt
Vĩnh biệt buổi sáng, buổi chiều, buổi tối
Buổi sáng với những lần ao ước
Buổi chiều với những lần hò hẹn
Buổi tối với những lần bật lửa
Cháy nám màu xanh với những lần khổ đau
Những lần nghe thời gian dài khoảng cách
Dài thêm, dài thêm khoảng cách chia ly
Mỗi phút giây qua mỗi lần xao xuyến
Mỗi phút giây mỗi lần đau đơn
Con ơi! Con
Từ bao giờ và đến bao giờ
Buổi sáng với những lần ao ước
Buổi chiều với những lần hẹn hò
Buổi tối với những lần bật lửa
Cháy nám màu xanh với những lần khổ đau.

NƯƠC MẮT TRONG ĐỜI THIẾU PHỤ

rồi thôi một nửa đời thiếu phụ
với đôi mắt buồn buổi biệt ly

và cũng có ngày anh phải chết
thắp sáng nụ cười trong mắt anh
đem đen kia tận cùng mỏi mệt
tiếp từng dòng nước mắt miền nam
nắng thu buồn trải trong lá úa
nghe bước chân đi ngỡ anh về
giờ anh nằm đó thơm mùi lúa
đất nghẹn ngào cho lúa đơm bông

anh có về dòng sông ngày cũ
ngắm cảbg rừng vàng úa tàn phai
anh có về bên em mà khóc
một đời người nước mắt chia hai

anh ơi! tay em nâng máu đỏ
giọt máu hồng tươi thắm tim em
rồi thôi một nửa đời thiếu phụ
với đôi mắt buồn buổi biệt ly

có ai chào anh ngày thơ ấu
cắp sách đến trường học ê - a
có ai trả lại anh ký ức
vói nguồn vui bé nhỏ đã qua

có ai đi hết đoạn đường xưa
tiếng hát tàn thu buổi đợi chờ

ai nói anh nghe về tổ quốc
ngụ trong lòng em một núi xương
ai nói anh nghe về sông máu
ngự trong tình ruột thịt quê hương

ngủ đi anh ngủ yên lòng đất
trái tim sầu hót cả trời đau
xin cho em một hoài kỷ niệm
lệ em buồn nhỏ xuống mai sau

rồi thôi một nửa đời thiếu phụ
với đôi mắt buồn buổi biệt ly

(tạp chí Khai Phá số 3 ngảy/5/1971)

(Nguyễn Lệ Tuân. Tô Duy Thạch. Vợ chồng Phạm Văn Nhàn)

HUỲNH HỮU VÕ

Tiểu sử:

Tên thật: Huỳnh Hữu Võ.

Sinh năm 1942. Tại Phan Rí. Bình Thuận

Mất tại Phan Rí ngày 6/1/2022

Các bút hiệu khác: Thy Vũ Hà Như. Hoa Đất Nắng. Hoàng Thị Dậu.

Hội viên hội văn Học Bình Thuận.

Mất năm 2021 tại Phan Rí

Hội viên Hội Văn học Nghệ thuật Bình Thuận.

Giải thưởng Văn Nghệ Dục Thanh – Bình Thuận 2000.

cuộc chơi của người chưa lớn

Tôi vào quê hương bằng cuộn giây thép
Bằng vết chân cùn nhọn hoắt của cha
Theo những thông hào vươn đầy trái sáng
Tôi đưa bàn chân cào cấu trên da

Tôi vào quê hương bằng xe traction
Chiếc xe chở đầy chất nổ ngàn cân
Tôi đặt nó lên xương sườn của mẹ
Thân mẹ a ha, thân mẹ tanh bành

Tôi vào quê hương bằng đường nước mắt
Nước mắt bạn bè nước mắt anh em
Tôi lội tôi bơi mệt nhoài trên đó
Máu loang đầu tôi chảy xuống nượt mềm

Tôi vào quê hương theo nòng thép súng
Lửa cháy trong hồn máu chảy trên da
Trên da mặt tôi mọc lên cổ thụ
Cổ thụ sai oằn lựu đạn mọt chê
Tôi vào quê hương theo đoàn Kim Chưởng
Đứng lên làm hề đả đảo hoan hô
Lũ trẻ ngu ngơ cười phun nước bọt
Trên mặt mày tôi dưới yếm trên đầu

Tôi vào quê hương mang theo quà tặng
Carbin Thompson Garant Tiểu liên
Dành phát cho nhau mỗi thằng một đứa
Dành phát cho nhau mỗi đứa một thằng

Hoa đất Nắng

(Bản copy từ trang báo Tiểu Thuyết Thứ Năm)
Nhạc sĩ Pham Duy phổ nhạc: Đi Vào Quê Hương
Tiểu thuyết thứ 5. Số 103 ngày 10-2-1966

TRÒ CHƠI CỦA NGƯỜI CHƯA LỚN

Huỳnh Hữu Võ (Hoa Đất Nắng. Sài Gòn 1966)

Tôi vào quê hương bằng cuộn dây thép
Bằng vết chân cùn nhọn hoắt của cha
Theo những thông hào ươm đầy trái phá
Tôi đưa bàn chân cào cấu trên da

Tôi vào quê hương bằng xe traction
Chiếc xe chở đầy chất nổ ngàn cân
Tôi đặt nó lên xương sườn của mẹ
Thân mẹ a ha thân mẹ tan tành

Tôi vào quê hương bằng đường nước mắt
Nước mắt bạn bè nước mắt anh em
Tôi lội tôi bơi mệt ngoài trong đó
Máu lóng đầu tôi chạy xuống ruột mềm

Tôi vào quê hương theo nòng thép súng
Lửa cháy trong hồn máu chảy trong da
Trên da mắt tôi mọc lên cổ thụ
Cổ thụ sai oằn lựu đạn moóc - chê

Tôi vào quê hương theo đoàn cải lương
Đứng lên làm hề đã đảo hoan hô
Lũ trẻ ngu ngơ cười phun nước bọt
Trên mặt mày tôi, dưới yếm, trên đầu

Tôi vào quê hương mang theo quà tặng
Carbin, thompson, garant, tiểu liên
Dành phát cho nhau mỗi đứa một thằng

Rồi tôi rời bỏ thành đô
Chông chênh đá đựng hang dò dẫm quanh
Việt Nam rách nát tan tành
Quê hương máu mắt chảy quanh địa cầu

NGÀY TRỞ LẠI PHAN RÍ

Tôi về Phan Rí qua vườn táo
Cắn trái vàng thơm ngọt đượm tình
Cắn trái xanh chua lòng thiếu nữ
Men đời còn xanh trên lá xanh

Lưu lạc bao năm lòng vẫn nhớ
Mái nhà khóm táo của ngày xưa
Ở đây gió cát như dòng chảy
Đời lún sâu khi biển mất mùa

Tôi về Phan Rí đi xe ngựa
Qua cầu, qua cầu đến làng Chăm
Chiêm nữ đội vò đi lấy nước
Dưới đồi đồng lúa trải mênh mông

Như có chút gì còn sót lại
Một thời hưng thịnh thuở vàng son
Tôi thấy hình như trong đáy mắt
Chiêm nữ còn in nét tủi buồn

Tôi về Phan Rí bơi thuyền nhỏ
Qua dòng sông luỹ lặng lờ trôi
Bèo mây có lúc tan rồi hợp
Tôi lại về đây lúc nửa đời

Bên kia một dãy đồi Xích Thố
Đồi đứng mà như ngựa ruổi dong
Phải chăng xưa đó là trận mạc
Nên cát đồi trăng cứ đỏ hồng

Tôi về Phan Rí trông ra biển
Một thành phố nổi một rừng sao
Ở đây lắm mực nhiều tôm cá
Nguồn sống cư dân tự thuở nào

Bao năm tôi lại về Phan Rí
Thăm mấy người thân mấy bạn thơ
Lớp trước thầy cô đâu cả nhỉ?
Trường xưa buồn vắng bóng người xưa.

MỘT NGÀY VỚI SÓC TRĂNG

Chiều về Liêu Tú thênh thang gió
Bóng nhỏ đường thôn bước diệu kỳ
Lòng như mây trắng lưng trời biếc
Bên rặng dừa nghiêng Sơn Phos Ly

Em dấu nỗi buồn trong cúc áo
Để cho trăng mười sáu nhạt nhòa
Bếp đùn khói tỏa mờ Buôn, Sóc
Như níu chân người khách phương xa

Lịch Hội Thượng còn là nỗi nhớ
Chùa Khờ me chìm trong mưa giăng
Đưa tay em vẫy lời chia biệt
Để muôn đời thầm gọi: Sóc Trăng

Lung linh nước và mênh mông lúa
Đẹp tuyệt vời đôi mắt Khờ me
Mềm môi vị ngọt lời Nam Bộ
Cỏ rối vướng tay chậm bước về

Sẽ có một ngày em ước hẹn
Con thuyền gác mái nước sông trôi
Là trên bến vắng chiều Liêu Tú
Có kẻ si tình đứng gọi: Phos Ly ơi!

ĐÀ LẠT THÁNG GIÊNG HỒNG

nếu như trời không gió
mưa sẽ về đồi thông
nếu như em không đến
sẽ vô cùng mênh mông

Đà Lạt chiều xuống thấp
bóng ai bên hàng cây
chắc nỗi buồn đứng nấp
cho trời chiều đầy mây

bỗng dưng lòng hoang vắng
gió lạnh đâu tìm về
từ cõi nào xa thẳm
để buồn lên tái tê

giọt sương như lay động
nõn xanh bên bờ hồ
bóng em cứ xao động
trong tim anh từng giờ

nếu như em không đến
Đà Lạt tháng giêng hồng
hoa quỳ không còn nở
giữa vô cùng mênh mông

NGÀY XƯA

Em đi giữa dòng đời
Một khung trời thơ mộng
Giọt buồn nào lắng động
Rơi xuống đáy hồn tôi

Làm sao em biết được
Những sáng mờ hơi sương
Làm sao em biết được
Giữa lòng tôi tơ vương

Mai em về bến mới
Sóng nhỏ chao lòng thuyền
Em tung tăng dưới nắng
Nón không buồn che nghiêng

Cửa nhà em đóng chặt
Khép kín một tình yêu
Tôi về qua ngõ quạnh
Khuya khuya niềm cô liêu

Ngày xưa em là mộng
Ngày xưa em là thơ
Giữa hồn tôi còn đọng
Những giọt buồn ngày xưa

(Pham văn Nhàn. Huỳnh Hữu Võ 2014. Quán cây dừa/ Phan rí)

TÔ DUY THẠCH

Tiểu sử:

Tên thật Tô Duy Thạch. Sinh năm 1943 Tại Phan Rí. Tỉnh Bình Thuận.

Mất năm: 2020 tại Phan Rí.

Tác phẩm:

Rừng Biển Tương Tư *(nhà xuất bản. Hội nhà văn)*

THƠ:

BỮA RƯỢU BÊN SÔNG

ta qua đò chiều nay
hoàng hôn vừa xuống thấp
nhạt nhòa mưa bay bay
bên đời đâu chỗ tấp
ghé tạt qua nhà bạn
bữa rượu vừa bày ra
ba ly bạn mời ta
lửa tan lòng ướt lạnh
nhà bạn ở cửa sông
bập bềnh con nước lớn
căn nhà sàn rung rinh
như cơn say vừa đến
bạn ta ngoài bốn mươi
tóc pha màu mây trắng
hát khúc "Hậu Đình Hoa"
gõ thuyền làm hảo hán

ta là người lữ khách
sầu đời "ẩm hận đa"
buồn vương vạt khói nhòa
chiều cửa sông gió ngút
uống bữa rượu chiều nay
lòng ta vui vô hạn
ôi đời người hữu hạn
nỗi buồn lại không cùng
ta bắt chước người xưa
mượn đôi lời "Ký Hữu" (*)
rượu uống trong chiều mưa
lời nói sao cho đủ
nhà bạn ở cửa sông
nước khi đầy khi cạn
tình bạn mãi mênh mông
mãi như là biển lớn

(*) Tên một bài thơ của Cao Bá Quát

BUỔI SÁNG TRÊN NÚI TÀ CÚ

Chống gậy trúc lên núi
Nắng hửng nhìn sương tan
Gặp chòm mây cô độc
Rủ ta cùng lang thang
Tiếng chuông chùa âm vang
Núi rùng mình thức giấc
Trầm trầm tiếng kệ kinh
Mang mang niềm u mật

Với tay đụng trời xanh
Lao đao lòng thế tục
Soi bóng xuống khe ngàn
Tìm bản lai diện mục

Giữa đại ngàn tịch mịch
Phật nằm nghiêng cổ tích
Chúng sinh mãi trầm luân
Mấy nghìn năm Phật lịch

Lặng nhìn chiếc lá rơi
Chạnh nỗi đời hữu hạn
Qua bao kiếp luân hồi
Cũng trở về cát bụi

Sáng nay trên núi Cú
Ta như người mộng du
Giữa thời gian bất tuyệt
Giữa đôi bờ sinh diệt.

RỪNG XƯA NÚI CŨ... TA VỀ

Nay ta bỏ biển về rừng
Lắng nghe chim hót trong tầng lá xanh
Nhìn con sóc nhảy lanh chanh
Im nghe mối mọt đùn quanh chỗ nằm
Nay ta bỏ phố xa phường
Về nghe thác đổ suối nguồn vi vu
Đèo cao lũng thấp âm u
Bước con nai dẫm bờ thu xuống vàng
Nay ta về với non ngàn
Bỏ sau lưng nẻo trần gian lụy phiền
Lòng ta thơ thới an nhiên
Cỡi con ngựa gỗ lếch miền hoang lương
Về thôi đời cũng vô thường
Thõng tay đi giữa cõi nguồn uyên nguyên.

(PVN và Tô Duy Thạch. Phan rí 2014)

NGUYỄN THỊ MINH NGỌC

Sinh năm 1953 tại Bà Rịa. Trước 1975 sống ở phường Đức Nghĩa. Thành Phố Phan Thiết. Học sinh trường Phan Bội Châu.

Thể loại: truyện ngắn, kịch

Truyện đã xuất bản: Ngọn nến bên kia gương *(truyện ngắn, 1992, 1994)*; Một mình bước tới *(truyện ngắn, 1994 - 1995)*; Trình Tiên *(truyện dài, 1995)*; Năm đêm với bé Su *(truyện vừa, 1995 - 1996)*; Ký sự người đàn bà bị chồng bỏ *(tiểu thuyết, 2007)*.

Kịch bản: Khi Nàng "Thúy" trở về, Khói hương, Nhân mệnh, Nằm ngoài sự thật, Người đàn bà thất lạc.

TRUYỆN NGẮN.

TIỂU HÀ

Cô chú ý số máy 9969 ngay khi nó mới bắt đều hoạt động. Câu đầu tiên được nhờ nhắn tới số máy là: “Tôi ơi! Đừng tuyệt vọng!”.

- Cô hỏi theo thông lệ:

- Xin cho biết ai là người nhắn tin này?

- Dạ! Tôi!

Cô khựng lại một giây:

- Nghĩa là sao ạ?

Bên kia giọng vui đánh vần từng chữ:

- Dạ! Tờ ô tô i tôi!

Cô nén bực bội, hỏi tiếp:

- Dạ thưa còn người nhận là ai ạ?

- Tôi!

- Dạ, nghĩa là sao?

Bên kia một tràng cười giòn giã:

- Dạ! Nghĩa là tôi nhắn cho tôi. Cô không hiểu gì sao?

- Tôi mới sắm máy và báo cho mọi người biết số này nhưng chờ mãi chẳng ai gọi đến.

Tôi phải nhắn câu trên để tự dỗ dành mình ráng đợi.

Lại cười. Giọng cười này quen lắm. Dường như cô đã được nghe hoặc xem ở đâu đó trong một tiết mục hài. Dường như 9969 là một nghệ sĩ biểu diễn.

Mà cái thế giới của những người biểu diễn này, rất thường có những câu nhắn kỳ quái như bỡn đùa, khác hẳn với ngôn phong đứng đắn của những người làm các nghề nghiệp khác.

Chẳng hạn:

"Trăm con chim mộng về bay đầu giường chưa?".

"Trăm con hạc trắng đã bay về bồng lai!".

"Sao không đến dự đám tang chồng thứ năm của Võ Tắc Thiên tại Bá Lạc Đài!".

"Nhóm Hồng Lâu Mộng họp kiểm điểm ở nhà hàng Ngàn Sao trước giờ diễn hai tiếng".

"Chia buồn cùng Người Bị Ăn Cắp Giấc Mơ!".

"Làm sao giết được người trong mộng?".

"Hãy tập thể dục trước khi ngủ".

"Người ơi, người ở đừng về!".

"Bán miệng nuôi con nhanh lên. Các con đang đợi mẹ ở nhà".

"Mẹ Can Đảm đã bị Gã Khờ quyến rũ mất rồi".

Có lần nghe một câu hơi quá trớn:

- Con Thị Mầu kia, chồng còn sống đấy!.

Cô đã lễ phép thưa:

- Dạ, xin phép bớt chữ "CON" ở đâu được không ạ?

Bên kia rộ lên năm, sáu giọng cười và một giọng nói nghiêm chỉnh:

- Chị ơi, chính là chữ quan trọng nhất trong câu mật mã riêng của chúng tôi mà!

Những lời nhắn tin của 9969 sau đó thì rất hiếm hoi những câu nhắn như vậy. Đa số chỉ là những tin tức về giá xe cúp xuống lên, giá vàng, đô-la lên xuống.

Cô hình dung về 9969 như một nhân vật bán buôn là chính, còn nghệ thuật chỉ là một sinh hoạt rất phụ nhưng cái phụ này là hỗ trợ lớn cho cái chính ố như một vài nhân vật cô vẫn thấy xuất hiện trên màn ảnh nhỏ với những lời xì xào từ phía khán giả rằng người đó "mua vai".

Nhưng chẳng dính dáng gì tới cái sinh hoạt bạc tiền ngày một của anh ta với câu nhắn ngày đầu tiên. Tôi ơi, đừng tuyệt vọng. Và nếu không có câu nhắn ấy thì có lẽ cô đã xóa ấn tượng về 9969 ngay sau khi rời khỏi chỗ làm.

Ngoài giờ đến trung tâm nhắn tin, cô đi học thêm vài lớp ngoài giờ. Tánh cô ít giao du bạn bè.

Có lẽ khối lượng tin phải nhận và đưa trong giờ làm việc đã khiến cô mỏi mệt đến độ không còn tha thiết đến chuyện phải quen biết thêm ai nữa. Đã có lần cô thử chơi trò kết thân bằng thư tín nhưng rồi cũng chẳng đến đâu. Giờ rảnh cô thích đọc sách hơn. Những nhân vật trong truyện đôi khi tạo cho cô cảm giác gần gũi hơn những người cô đã gặp ngoài đời.

Tháng tư năm nay, bắt đầu xuất hiện một nhân vật mới thường gọi về số máy 9969: Tiểu Hà!.

"Em chúc anh một giấc ngủ đầy mộng đẹp".

"Anh ơi! Nhớ mang theo áo mưa! Tháng này mưa nhiều lắm đó!".

"Anh ơi! Ráng ăn thêm chén nữa, cho em".

"Em không học được. bỗng nhớ đến độ muốn bỏ hết để chạy vô trong đó với anh".

Cô thấy mừng vì xen kẽ những câu ngắn quẩn quanh dream, cub, màu ngọc, đậu, lý... hột xoàn ngọc huyết còn là những câu nhắn êm ả chân tình này cho 9969. Và cô bỗng nhận ra có cái gì đó khác thường khi cô để tâm lắng nghe ngữ điệu để hình dung ra một Tiểu Hà. Lúc giọng Nam, khi giọng Bắc, khi là phụ nữ, lúc lại con trai nhưng âm sắc lộn xộn ấy lại luôn mang một cái tên chung là Tiểu Hà.

Cô thử vẽ ra một câu chuyện. Tiểu Hà ở một nơi rất xa. 9969 quen được Hà trong một chuyến đi xa (để bán buôn hay lưu diễn chưa biết!). Hà rất quý mến anh, nghe những lời nhắn thiết tha thì biết. Còn anh thì thế nào? Gặp một cô gái như vầy và nếu cả hai đều chưa lập gia đình thì cũng không thể không thương. Sau đó, anh về Sàigòn. Ngoài thư từ, Hà còn gọi điện thoại vào đây nhờ những người thân quen như cô dì chú bác nhắn tin giùm đến số máy của anh bằng những lời Hà dặn sẵn.

Về một mặt nào đó, cô thấy mình vi phạm đạo đức của một người nhận tin. Lẽ ra cô không nên suy diễn lan man về những mẩu đời riêng của khách hàng. Nhưng khốn thay cô cũng có nỗi buồn chán của riêng cô, một cô gái nhút nhát, nhan sắc trên trung bình một chút, chưa có người yêu, cô lẽ cũng không nên cấm cô mơ mộng vẩn vơ về những mẩu chuyện tình của người khác.

Một hôm, cô nghe Diệp số 28 ngồi nói chuyện với Yến số 13.

"Chưa thấy ai vô duyên như cái ông số 9969, cứ gọi điện thoại lại đây dặn nếu ai tên Tiểu Hà nhắn tới 9969 thì đừng truyền đi nữa, ông không muốn nhận. Ông cằn nhằn rằng sao đã gọi rồi mà không nghe. Mình phải giải thích là tụi mình gồm rất nhiều người, có khi ông ấy dặn mình thì người khác không biết, vẫn phải truyền đi tin của Tiểu Hà.

Đúng rồi, cô là một trong những "người khác" ấy. 9969 chưa trực tiếp dặn cô thì cô vẫn còn nhận những lời thủ thỉ của Tiểu Hà:

"Anh ơi, bộ không còn thương em nữa hả?".

"Kệ anh, dù sao thì em vẫn thương anh...".

Lời lẽ thiết tha đến tội tình. Nhưng họ gặp trục trặc gì vậy kia? Có lẽ 9969 đã có người yêu khác, thích hợp với nghề buôn bán tay mặt (hay tay trái) phức tạp của anh hơn.

Rồi đến lúc 9969 gọi trúng ngay ca trực của cô. Không vui vẻ như hôm nào nhắn "Tôi ơi, đừng tuyệt vọng!" mà giọng giận:

- Tôi nói hoài sao không nghe! Làm ơn đừng báo cho 9969 biết gì về Tiểu Hà nữa. Cô biết trước nên ôn tồn giải thích:

- Anh ơi! Mấy hôm trước chắc anh dặn bạn tôi, còn tôi mới được nghe yêu cầu này lần đầu.

Giọng bên kia ngớ ra:

- Ủa, vậy là có nhiều cô, nhưng sao giọng các cô giống nhau quá vậy?

Cô nói cho anh an tâm:

- Được rồi, tôi sẽ báo các bạn đều biết. Nhưng anh ơi, sao nỡ cắt tin của một người dễ thương như vậy?

Giọng 9969 bỗng nghẹn:

- Dạ! Chuyện phức tạp lắm. Không phải ai cũng tử tế như cô đâu! À, cô tử tế ơi, tên cô là gì?

Cô nói nhanh, như sợ cvó ai đó bắt gặp cô vừa làm một điều không phải:

- Tôi mang số 18.

9969 trở lại giọng vui của ngày đầu tiên:

- Vậy là cô Chín Nút. Cô sẽ gặp hên. Chiều nay, giờ tan sở tôi xin phép được mời cô đi uống nước...

Lâu lắm rồi cô mới được một người đàn ông mời cô đi uống nước. Chẳng biết anh ta là người như thế nào. Ít ra cũng có một cô gái dễ thương tên Tiểu Hà mê anh. Hy vọng những mẩu chuyện vui vẻ của anh ta sẽ làm cô tạm quên đi một buổi chiều buồn bã trở về phòng riêng một mình!.

- 18 ơi! Có người nhà cần gặp.

9969 đến sớm hơn giờ hẹn. Anh cười ranh mãnh:

- Dạ! Vậy mới dễ tìm ra cô. Chờ lúc tan sở chẳng lẽ chận từng cô lại hỏi: "Dạ không biết trong các cô ai là người mang số 18".

Anh mời cô đến một quán nước lộ thiên nằm ở gần một quảng trường lớn. Anh cao và ốm lỏng khỏng như tre. Mặt tối nhưng mắt sáng. Cô nhớ đã được xem anh diễn rồi. Có một người mập tròn cùng diễn với anh. Họ giúp vui cho một đám cưới bạn cô. Hai người chủ yếu khai thác hình thể tương phản của họ hơn là sử dụng ngôn ngữ hài.

Anh gọi nước cho hai người rồi ngồi nói huyên thuyên đủ chuyện, có vẻ vui lắm nhưng cô vẫn cảm được một cái gì đó buồn bã ở hai hàng lông mi rủ, ở chiếc nón vải mân mê trên tay anh, ở chiếc áo sơ-mi hai vạt bên nâu bên lục, hai tay áo bên lục bên nâu, ở chiếc quần cao hơn mắt cá chân đã nối một tầng ống. Cô khơi chuyện Tiểu Hà. Hai hàng mi rủ chớp nhanh, giọng chợt buồn sũng:

- Dạ! Mấy nhóm tấu hài tụi tôi theo bầu sô ra Đà Nẵng diễn, đứa nào cũng cặp được một cô khán giả ái mộ. Phần tôi chỉ có một con bé bán bắp rang ở Chợ Cồn theo. Nó bị té sông mấy lần nên không bình thường. Trẻ con gọi nó là con gái của Hà Bá. Về tới Sàigòn, tôi được tin của nhỏ Hà nhắn hoài. Lúc đầu tưởng thiệt, mừng lắm, sau thấy tụi nó cười rần mới biết bị chọc.

Muốn khùng luôn vì không biết thủ phạm là đứa nào. Cuối cùng mới biết cả đám luân phiên nhau ghẹo tôi.

Cô thắc mắc về những tin tức xe cộ đô-la, mắt nhung lại rủ:

- Dạ! Chị gái tôi buôn ngọc. Em trai tôi bán xe. Họ bỏ tiền ra sắm máy cho tôi đeo để nhận tin cho họ. Họ muốn kiếm chuyện để tôi làm, khi nhận tiền của họ không bị mặc cảm.

- Trong gia đình còn ai theo nghề này như anh không?

Anh lắc đầu, chớp mi rồi dụi mắt. Chẳng biết bụi bay hay nước mắt? Cô chuyển sang

chuyện khác cho vui:

- Anh có quen nhóm "Hồng Lâu Mộng" không? Có biết điểm hẹn Ngàn Sao?

Anh lấy lại nụ cười:

- Dạ! Đó là nhóm mấy anh chị danh hài hạng A. Thỉnh thoảng họ cũng có ghé "Khách sạn Ngàn Sao" của dân tấu hài hạng C, D như chúng tôi. Đó là dãy quán cóc vỉa hè gần tụ điểm

Tiên Rồng!

- Nè, mà sao nói cái gì cũng dạ hết vậy? Coi chừng người nghe bị tổn thọ!

9969 cười bẽn lẽn:

- Dạ, lỡ quen rồi! Lớn nhỏ gì cũng phải dạ! Má tôi nói như vậy tốt, đỡ bị người ta ăn hiếp. Nghe nói hồi có mang tôi, má giận ba định bỏ, nhưng không hiểu sao tôi vẫn ra đời. Hồi nhỏ tôi khờ nhất nhà, nhất xóm. Sau này thấy tôi đi tấu hài ai cũng ngạc nhiên. Đầu tiên má tôi gởi tôi theo gánh Hồng Hà làm hậu đài. Ai cũng chọc ghẹo nên tôi đi đến đâu là có tiếng cười tới đó. Tới lúc túng hề, người ta đẩy tôi ra. Riết rồi thành nghề. Đoàn rã, tôi thất nghiệp một thời gian. May nhờ có chị Hồng bên vũ đoàn Hồng Dạ bị phát phì không múa được, ráp với tôi nên thành nhóm tấu hài Một Không...

Tới lúc trả tiền, 9969 nhất định không cho cô trả. Anh nói cô đừng làm nhục anh. Rồi anh lượm cái nón vải chụp lên đầu như một thói quen dù trời đã xẩm tối sau khi nhắc tới nhắc lui nhớ nói giùm với bọn mạo tên nhỏ Hà rằng đừng đem anh và nhỏ ra chọc ghẹo nữa, tội nghiệp nhỏ.

Mấy tuần sau, tháng cao điểm, cô và bạn bè nhận tin không kịp thở, nhưng ở những phút rảnh rang hiếm hoi, cô vẫn luôn mong ngóng một Tiểu Hà mạo danh nào đó để thực hiện lời dặn của anh. Cô hỏi thăm bạn bè thì họ cũng bảo không hề nhận được tin Tiểu Hà nữa dù chưa ai kịp thực hiện yêu cầu của 9969. "Tiểu Hà" dường như biến mất từ lúc anh đến gặp cô.

Đã vậy, gần đây, máy 9969 chỉ chuyên nhận tin về những dịch vụ bán buôn, không còn một dòng nào của cái thế giới bỡn cợt trước đây cho riêng anh. Đọc báo, cô biết nhóm Một Không đã rã, cô số Không xuất hiện trong một liên doanh mới: Vuông Tròn. Vuông là một anh chàng cắt tóc ca-rê, nhỏ con như một đứa bé mắc bệnh còi, và mặt dữ dằn như con cá tai tượng trong bồn cá đặt ở nhà bà giám đốc.

Nhiều lúc bỗng trở về trong trí cô cái bóng lêu nghêu đổ dài trong chiều tà của 9969 khi chia tay, dáng nghiêng xiêu về trước như đã bị quá tải bởi những lời trêu ghẹo của người đời đổ xuống hai vai. Có lẽ bây giờ 9969 đang rãnh rang ố mà không biết hiện tại anh có còn được mang cái máy ấy trên người hay không? Có lẽ giờ đây anh đang thèm biết bao được nghe lại

những lời lẽ chọc ghẹo của Tiểu Hà mạo danh, thuở anh còn là một diễn viên hài dù chỉ cỡ hạng C hay D gì đó!

Một buổi tối, trở về nhà sau ca trực, cô ghé một trạm điện thoại công cộng nhờ nhắn tin đến máy 9969: "Số Một ơi! đừng tuyệt vọng!". Bên kia, có vẻ như là giọng của Liễu số 25:

- Dạ, xin chị cho chúng tôi biết tên của người nhắn ạ.

Không suy nghĩ, 18 đáp thật nhanh để rồi cúp máy ngay sau đó: "Tiểu Hà".

TRĂNG HUYẾT

Biển ngợp ngụa trong màu đỏ của trăng. Tôi ngợp ngụa trong cái thứ nước mặn tanh đó. Đêm lặng gió, sóng nhỏ, những cù lao đen đủi ngoài kia khiêu khích. "Lúc nào buồn em sẽ bơi ra đó bứt một nhúm rong mơ rồi quàng lên cổ bơi về". Tôi thường nói câu đó với Huyên nhưng chưa bao giờ tôi thực hiện cả. Bởi mọi sự với tôi chưa có gì trầm trọng để gọi là buồn. Sự lỳ lợm đã như một món quà Huyên tặng riêng tôi trong những ngày sinh nhật vào mùa trăng huyết tháng tám. Huyên có cái lối trui luyện em gái như tập tục của một giống dân da đỏ ở vùng hàn đới, nhúng đứa trẻ sơ sinh vào nước suối, và lớn lên một chút, xô nó xuống dòng sông cá sấu, nếu nó chịu được lạnh và cá sấu không ăn được thì coi như trời đã nhận. Tôi sẽ không cãi nếu có ai bảo Huyên không biết thương em. cãi làm gì. Nói ra chẳng ai hiểu đâu. Mà cũng chẳng cần ai hiểu.

Huyên hơn tôi gần mười tuổi nên khi chơi với Huyên, tôi có cái dáng lúc thúc của một con gà con. Đúng hơn là con gà què. Một chuyến lên núi Tà Cú nhân dịp Trung Thu, cái bánh xe đạp sau quấn nghiền bàn chân tôi, Huyên cõng tôi vào bỏ trong bụng ông Phật nằm, dài 49 thước, để đi kiếm thuốc. Trăng đêm đó cũng là trăng huyết. Hơi trăng hắt sáng qua khe mắt Phật rọi trên gót chân bầm tím của tôi lạnh như ai rắc băng trong tủy. Sau này tôi đi hơi cà nhót. Sao chẳng lúc nào tôi tỏ ý - dù ý thầm - oán giận Huyên. Nhà chúng tôi ở gần một cái đầm nước mặn, dưới chân một đồi cát, kề một nghĩa trang. Bên kia đầm là một vườn rau xanh ngắt ẩn dưới bóng cau rợp lá loáng thoáng thấy được bóng người. Một chỗ nửa chợ nửa quê. Bọc ngoài đồi cát đầy dứa dại táo gai là biển, nơi cung cấp những trò chơi không chán. Ngay trong nhà chúng tôi cũng đã có nhiều thứ để giải trí rồi. Con mèo chột là của Huyên. Con heo vá đen là của tôi. Con nhồng kêu được tiếng người là của Huyên. Đàn vịt có bệt sơn xanh đánh dấu trên lưng là của tôi. Chúng tôi còn chia nhau nhiều thứ. Cây đu đủ đực, giàn bầu, cụm hoa tường, chậu xương rồng hoa trắng muốt... Có một cái mà chúng tôi không thể chia. Đó là má. Cũng chẳng biết được má thương đứa nào nhiều hơn. Đôi lúc thấy Huyên "hành hạ" tôi quá, như là má cũng xót xa, nhưng ít khi nghe bà la anh về việc đó.

Mà mọi sự, rõ ràng còn là sự tự nguyện của tôi, Huyên đâu có ép. Tôi hân hoan được sai khiến hướng dẫn trong mọi trò của Huyên. Đóng một cái nhà cho con heo sắp đẻ. Dựng thêm giàn cây. Đi quơ cây khô trên đồi về nhà chụp lửa. Khi tôi đang tuổi lớn, Huyên đi học xa. Nên trong một năm đối với tôi mùa hè là mùa thần tiên nhất. Có những chuyến phiêu lưu xa hơn giang san chúng tôi đang ở. Đến rừng dương lăn trên những nệm đá xanh óng ánh trên triền suối chảy ở Đá Ông Địa. Leo tận đồi mai rừng quanh đồi Lầu Ông Hoàng. Chân vẹo xiu lẻo đẻo theo anh khắp nẻo. Kỳ diệu nhất là đi trên nước biển. Thuở mới tập bơi, tôi đau đớn lùng bùng với cái chân xiêu vẹo. Cuối cùng, Huyên phải rứt tay tôi bám, xô mạnh. Cứ ngỡ chìm mất mình thì

Huyên nắm cổ kéo lên.

Thường, cuối một dịp hè, Huyên thường có cái lối chào tạm biệt tôi bằng những cái xô thật bạo tàn mà một đời tôi khó quên. Vì nó thường trùng với mùa trăng sinh nhật của tôi. Lần tập bơi đó là một. Lần thứ hai trong một dịp đi hái dừa vườn hoang với anh. Trời lạnh và đầy sao. Một năm, trăng rằm lớn nhất vào tháng tám, đầy, to. tròn và đỏ như máu, nhuộn khắp cảnh vật một màu u uất, tóc tang mà hoang dã, đục mờ. Những rằm khác trăng trong thì sao biến đi. Nhưng tháng tám ở đây thì đặc biệt sao đầy dù đêm rằm. Tháng tám ma quái của tôi! Huyên mang theo một cuộn dây dừa lớn để thòng trái xuống cho tôi tháo. Rồi như thường lệ, hai anh em chọn hai gốc cây ngả lưng nói lung tung chuyện hay không nói gì hết. Gió thổi xô đẩy lá dừa rào rào không phân nổi với tiếng sóng ngoài kia. Hai tay tôi chắp sau ót thì Huyên gỡ ra, nói thầm vào tai: "Ngày xưa có thằng cha kia ăn xong trái vườn hoang buộc tiền vào gốc cây trả chủ. Bây giờ tao cột mày vô đây để trả tiền mấy trái dừa". Huyên nói và Huyên làm. Rồi Huyên đi. Tôi định nói, thôi em không chơi cái trò kỳ cục này đâu nhưng sự lỳ lợm khớp miệng tôi lại. Tay Huyên trói không chặt nhưng chắc chắn. Cọng dây dừa nhột nhạt cổ tay tôi. Nước mắt tôi chảy ào nhưng răng cắn nhất định không kêu. Có những người đi đánh vó khuya sóng sánh đèn bảo ngoài bãi. Từng nhóm tới lui ẩn hiện như ma trơi. Tiếng cười nói lất lây trong cụm lá dừa này, bụi gai nọ. Sao vẫn nhiều và dầy. Trăng tươm ứa thêm màu máu sẩm. Vẫn còn một chút yên tâm rằng Huyên lẩn quất đâu đó, sẵn sàng ào ra nếu sinh vật nào ăn hiếp em gái anh.

Lần xô thứ ba này thì hết hy vọng đó rồi. Sau khi đỗ đầu trong kỳ thi ra trường, Huyên về nhà tuyên bố: "Sẽ lấy vợ trước khi trình luận án và... đi lính. Cái xô dứt tình, dứt nghĩa. Thôi thế là em sẽ bơi ra cù lao đó. Quàng mớ rong lên cổ rồi bơi về. Bơi về rồi làm gì nữa đây. Chị dâu tương lai của tôi quá đẹp. Điều đó khiến tôi hơi ngạc nhiên. Con người Huyên cứng cỏi, không có dấu vết của sự thường tình. Chính cái nhan sắc kia khiến cảm nghĩ đầu của tôi là mình bớt nhìn Huyên cao ngất như xưa. Bớt nhưng không hết. Làm sao hết! Có những ngày tôi không làm gì hết. Tôi nằm khềnh ra trên nệm lá dương khô, ngủ cho no, cho muối hai mắt. Cũng có lúc thả mình nổi trôi lênh đênh trên mặt nước. Tôi đen như cục đất thó. Tóc cháy vàng chẻ đôi ngọn khô gẩy. Mặc dầu đám cưới chưa cử hành nhưng tôi tránh đi chơi với Huyên.

Tôi hân hoan khi thấy những đóm buồn trách thoáng ẩn hiện trong mắt anh. Sự độc ác lạnh lùng Huyên truyền thụ cho tôi được tôi thực tập với vài người quen. Nhưng họ hơi đần khiến tôi không còn hứng thú. Đâu dễ gì trời phát cho ta một đối thủ vừa tay. Những buổi đi chơi tay ba bề ngoài có vẻ thật dễ thương. Tần là người mềm mỏng, có cố gắng trong sự chìu chuộng tôi. Sau đó thái độ dửng dưng của tôi vẫn không thay đổi gì hết. Nhưng cũng có lúc bất thần nằm dưới vòm keo nghe tiếng chim líu lo, bỗng dưng tôi xấu hổ với con chim vô danh nào đó. Nên về nhà cố gắng thân ái lại với Huyên, sốt sắng phụ tay vào việc dựng thêm một gian nhà mới cho đôi vợ chồng sắp cưới. Huyên cũng cười cầu hòa, chọc thẳng vào vết thương tôi: "Làm gì mấy ngày nay mày phịu mặt thế con nhỏ? Tần sẽ thay mày đi chợ, sẽ cho heo ăn, sẽ chia xẻ gần hết những việc nặng lâu nay của mày". Tôi nói thầm: "Nhưng tôi đâu có ham. Tôi đâu có cần được như vậy".

Huyên chọc thêm: "Rồi bộ mi không lấy chồng sao? Trong đám đó tao ngó bộ có mấy thằng trông được lắm". Nghe Huyên nói giọng buông xuôi chưa. Ngày nào lũ bạn trai của tôi còn khổ sở vì những trò hề của Huyên để trắc nghiệm từng đứa. Bây giờ thì đâm ra dễ dãi như vậy. Tôi bỗng nói to: "Thôi tốt hơn là Huyên đừng nói gì nữa cả thảy".

Trời mưa bay bay ngoài nghĩa trang. Người xà ích nạt nộ tôi tránh lối cho xe mang gạch hồ vào xây một ngôi mộ mới. Đám ma này khi sáng tôi có gặp. Thằng nhỏ chết trạc tuổi tôi. Má nó khóc mùi mẫn. Ba nó mặt lạnh như đá. Như là ông có ngồi trên xe ngựa. Và ngó chăm bẩm tôi. Tôi không nhìn lên nhưng tôi biết. Theo Tần kể, thằng nhỏ tự tử vì bực bội trước mối bất hòa của ba má nó. Tự tử bằng một cây súng của ông. Có vẻ như đó là một người có chức phận và danh vọng. Dĩ nhiên, từ đó sẽ kéo theo nhiều mối bận tâm khác. Phải chăng tôi bị quyến rũ từ đầu bởi nét khổ tâm trong mắt ông và nét quý phái sang trọng nơi người đàn bà vợ ông. Buổi chiều đó, tôi đứng dưới gốc cây đào ngắm người thợ hồ xây mộ và ngắm người đàn ông có nỗi khổ nát lòng ngụt trong hai mắt. Thỉnh thoảng ông có nhìn lại tôi, ánh dịu xuống. Nhưng mắt tôi không hề chớp. Tôi quan sát người cũng như quan sát vật để quên buồn. Vì trời mưa, tôi chưa thấy hứng thú bơi ra cù lao Hống.

Ngày cưới kề, Huyên đi xa một chuyến, lấy cớ mua một ít đồ cần cho đám cưới. Chắc chắn đó là cái cớ. Tần vẫn đến nhà dịu dàng với má và tôi. Bỗng tôi thấy tội nghiệp cho cái nhan sắc đó phải về sống ẩn nhẩn giữa chốn đầm lầy loang lạnh như thế này. Tôi sợ sẽ có lúc chị hối hận.

Thì có bao giờ tôi kêu ghét Tần đâu. Nhưng lâu nay thấy dửng dưng. Dịp đi xa của Huyên mới thấy chớm lên chút hào cảm dành cho chị. Tôi nghi ngờ như có một điều gì toan tính giữa hai người.

Sáng mai là ngày Huyên về, Tần đến xin phép má cho tôi đi với chị trong một buổi tiếp tân.

Tôi ngồi cho Tần trang điểm. Tần nói nhỏ: "Hải sẽ là người nổi nhất trong đêm nay". Có lẽ, nhờ cái chân cà thọt của tôi. Chị cho tôi mượn cái maxi vàng óng - để phủ che chút chân tật nguyền, phải thế không? - Phải lắc đầu với nhiều người mời ra sàn nhảy, tôi nghĩ mình giống như một nhân vật cổ tích, con nhỏ công chúa cá thích lên bờ phải đổi cái lưỡi lấy đôi chân người để gặp hoàng tử. Nó phải câm, mất đi tiếng hát tuyệt vời đã làm hoàng tử mê mệt nếu không sẽ biến thành bọt nước. Hình như cuối cùng con nhỏ không ngăn nổi mình vì tựa truyện là Bọt Nước Chung Tình. Như bao giờ, tôi đứng một chỗ riêng - ở đâu cũng có một chỗ riêng cho tôi - nhìn ngắm từng người. Ai sẽ là hoàng tử của tôi đêm nay. Chỗ này là chỗ người lớn. Không có lấy một tên nhóc bạn tôi. Nhưng trong mắt nhìn, tôi biết những người kia không coi tôi nhỏ. Họ đến từng tốp hai ba người rồi đi. Tôi thích như thế. Thật là thoải mái. Trời trong sáng và đầy sao trên những lùm cây như đêm nào Huyền trói tôi vào gốc dừa. Trăng mới nhú. Kéo lướt thướt cái bóng ngầu đục của nó qua những tàn lá thấp. Phải cám ơn Thể Tần mới được. Ban đầu ngỡ Tần đẹp nhất đêm nay. Nhưng rồi mới thấy. Sang trọng quý phái trên tất cả vẫn là bà Hạo, cái người đàn bà ảo nảo trong đám ma hôm nào. Tôi ngắm bà không chớp mắt và buột miệng nói với người đàn ông đứng cạnh: "Ngó cái bà trong áo nhung đen kìa. Tôi mê bà ta quá". Có tiếng cười ngắn: "Bà ta là vợ tôi...".

Tôi quay hẳn người lại. Nhìn trừng trừng người đàn ông lạ lùng đó. Mắt ông ta vẫn buồn dù nụ cười còn giữ trên môi. Tôi tự nghĩ người đàn ông này dù có nghe những gì người ta xầm xì về vợ chồng ông thì chắc đó cũng chẳng phải là nguyên nhân khiến ông phải buồn thêm. Nỗi buồn như thấm tự đời thuở nào trong xương tủy ông. Chẳng hiểu vì sao tôi muốn bắt tay ông để chút buồn nhỏ của tôi lẫn hòa trong buồn rộng. Rồi tôi nói về cù lao nhỏ. Ông có bao giờ thấy cù lao đó chưa. Tôi cứ nhạo anh tôi bao giờ buồn tôi sẽ bơi ra đó. Hái rong mơ choàng lên cổ rồi về.

Ông ta nghiêm trang: "Ngày mai tôi sẽ thực hiện giấc mơ đó giùm cô". - "Sợ ông bơi không nổi". - "Tôi có vẻ bệ rạc lắm sao?". - "Không, nhưng ông có vẻ nặng nề vì một nỗi buồn nào đó.

Đâu có ai mang khối đá trên lưng mà bơi nổi". - "Thế thì tôi sẽ cất tạm nó ở nhà". - "Tại sao không ném quách đi cho rảnh, ông còn tiếc rẻ lắm sao?". - "Đó là một phần của tôi. Không ai cắt bỏ được thịt da mình. Vì nó sẽ nẩy chồi mọc ra cái mới. Trừ khi tôi chết đi...".

Im lặng một lát, đột nhiên tôi hỏi: "Chắc ông yêu bà ghê lắm?". Tiếng ông lạnh lẽo: "Cô có cần biết lắm không?". Tôi xin lỗi: "Có lẽ vì bà ta đẹp quá. Tôi bị mê hoặc bởi bà ta. Và hơi phiền lòng khi thấy họ không được hạnh phúc. La Rumeur!". - "Cô tin những lời đồn lắm sao?". - "Tôi ghét chúng nhưng dầu gì cũng không chối được là có một chút gì thật trong đó". Ông bỗng kéo tay tôi. Mà tại sao ta phải nói về những điều đó trong một đêm thế này. Đi! Tôi mời cô bản này.

Tôi từ chối. Tôi nói thẳng vì chân tôi hơi cà nhót. Ông Hạo à à. Ra đó là nguyên nhân nỗi kiêu ngạo của cô. Tửu lượng của ông ta làm tôi ngán. Đó là người thứ nhì tôi nể vì chuyện này, sau Huyên. Họ nhà tôi có máu háo thắng, nên dễ lì lợm trong mọi trò đùa. Ông Hạo nói tôi chẳng phải vì đùa như ông anh của cô mà uống nhiều đâu. Ông biết Huyên à. Biết chớ. Thằng cha nổi tiếng lì rượu. Năm đầu tiên ra nghề, tôi có dạy Huyên. Chúng tôi thuê phòng ở gần nhau. Đêm đầu Huyên đến H., chúng tôi đã uống với nhau những giọt rượu đầu tiên. Tôi ôm cái mặt nứt nẻ sau trận đòn của du đảng xứ ấy, lết về phòng Chuyện đó tôi có nghe Huyên kể. Té ra là ông sao.

Sao ông có con lớn thế. Tôi lấy vợ sớm, Cẩm Lai học lớp tôi. Dạo còn ở D., chúng tôi thường ôm nhau lăn từ đỉnh cỏ cao mượt mà xuống chân đồi. Mẹ Cẩm Lai hỏi tôi có ba triệu không?

Cách đây mười bảy năm, ba triệu không phải dễ kiếm. Nhưng cuối cùng tôi cũng cưới được Cẩm Lai vì chúng tôi đã có con với nhau. Tôi thường nghe Huyên nhắc về cô. Hải Đường! Té ra chúng ta quen nhau mười lăm năm nay rồi mà không hay. Tôi nhỏ nhẹ: "Hãy gọi tôi là Hải thôi. Tôi không thích phải mang tên thứ hoa đó".

Ông Hạo lái xe đưa tôi về. Cô có vẻ khôn ngoan trước tuổi. Kiêu ngạo, tự tin, lúc nào cũng ở một thế thủ vững chắc. Tự rót uống lấy mình. Cô chưa uống một giọt rượu tôi mời. Lúc ở trên xe, gió lộng làm tôi nhớ mình chưa cho Tần hay mình sẽ về xe ông Hạo. Ông cũng chưa cho bà ấy hay. Thế cô nghe người ta đồn thế nào. Chúng tôi đang ở thời kỳ ly thân. Nghe giọng nói như là ông vẫn còn yêu bà. Tôi nhắm mắt và cảm thấy có một cái gì đó nát tan không cứu vãn nổi.

Cái cảm giác của một người bị đẩy truồi từ đỉnh xuống chân một đồi cát. Mình sao thế này. Tôi kêu ông Hạo cho tôi xuống. Ông thắng xe và nắm tay tôi. Cô sao thế. Chẳng sao hết. Sắp đến nhà tôi. Tôi muốn đi bộ một quãng. Ông Hạo khóa xe. Tôi muốn đi với cô. Những lời nói như truyền lệnh này là của Huyên. Huyên mà tôi sắp mất. Thốt nhiên tôi cảm thấy chán nản và rã rời mọi sự.

Còn hay mất. Sống hay chết. Đời sống lung linh những nỗi không tưởng. Chúng tôi im lặng đi chậm rãi bên nhau. Như một đôi bạn già. Kỳ dị nhỉ. Sao giờ tôi lại ở đây. Tiếng ve thống thiết trong những những bụi cỏ. Gió hất tóc tôi sang vai ông Hạo. Jupe dài làm vướng víu những bước chân lướt thướt trên cỏ của tôi. Rồi một lúc nào không rõ. Chúng tôi lạc lối đến nghĩa địa. Lẩn quẩn đến ngôi mộ người con ông Hạo. Ông đứng lại một chút. Trăng hắt lênh láng màu đỏ sậm trên mặt ông tỏ lộ một điều gì đó thê thiết khôn tả. Tôi đứng im như tượng nhìn một bức tượng khác là ông. Rồi một lúc nào không rõ. Chúng tôi hôn nhau. Nụ hôn nhẹ tưởng như không có.

Nhưng mà lâu. Lâu như nỗi buồn. Một pho tượng hôn một pho tượng. Lạnh biết mấy. Sau đó cảm được một chút gì yên tâm và vơi bớt chán nản. Hôn, thay cho bắt tay, như một dấu hiệu chào nhau để nỗi buồn vỡ ra, chảy bớt. Tôi chảy nước mắt. Cô từ đâu đến thế này. Tôi ở đây.

Thế sao tôi không biết cô. Vì tôi không biết ông. Chúng ta không biết nhưng cây cỏ biết. Mả mồ biết. Sao trăng biết. Và đứa con của tôi sẽ chứng giám rằng... Tôi sẽ thường ra thăm cậu ta. Mong tình cờ gặp lại. Bây giờ nên chia tay ở đây. Lúc này người truyền lệnh là tôi. Ông đứng đó.

Tôi quay thoắt đi sau những hàng lau sậy dẫn vào nhà. Lọt vào trong nhà mới biết mình đánh rơi đâu đó một chiếc giày. Như con bé lọ lem chưa! Nhưng nằm ngoài dự liệu của Huyên và Tần, Lọ lem không gặp hoàng tử mà lại gặp ông già của hoàng tử. Tần ngồi chờ tự bao giờ. Má tôi đang trách sao để lạc tôi thì tôi vào. Con về đây. Con về nguyên vẹn nè má. Nhưng mất mát rơi rớt theo nhịp chạy rất nhiều. Làm sao má biết. Làm sao má đếm được hồn con.

Rồi ngày qua ngày. Sóng làm đôi lúc tôi tưởng điên lên được. Nhưng nước biển làm tôi dịu lại. Tôi vẫn chưa bơi ra cù lao Hống. Chưa có gì trầm trọng mà. Một đôi lần tôi suýt chạm mặt bà Hạo nơi mộ cậu bé. Bộ đồ đen làm tăng vẻ đẹp não nùng của bà. Cẩm Lai! Tên một thứ gỗ quý. Tôi biết ông Hạo còn yêu bà ghê lắm. Chẳng thế mà ông buồn. Mà liên can gì đến tôi. Cô có cần biết lắm không. Ông Hạo đã hỏi. Nếu là bây giờ, tôi sẽ trả lời. Cần lắm. Để làm gì tôi cũng không hiểu nhưng cần lắm.

Có đêm tôi mơ thấy mình bơi ra cù lao. Đó là những hòn đá sắc cạnh màu huyết lởm chởm hào hến. Huyên đứng trên đỉnh tự bao giờ. Anh gỡ tay tôi nhoi lên bám đá. Đá sắc cào xướt một bên ngực, vẫn mạnh bạo như một con kình ngư, tôi thong dong bơi vào bờ. Có tiếng ông Hạo gọi sau lưng. Ông ta vừa bơi vừa giơ cao một nhánh rong mơ định trao cho tôi. Nhưng sóng dạt, chẳng bao giờ chúng tôi chụp bắt được nhau. Rồi tôi thấy mình đứng trước một tấm kiếng lớn.

Áo toạt ra, tay cầm bông băng định băng vết thương, nhưng vết sướt đẹp quá khiến tôi cứ đứng ngắm hoài hủy. Máu tươm một đường đỏ, chấm dứt ở đầu vú trông như một nhánh hồng đầy gai máu. Rồi tôi hôn tôi. Cánh hồng đỏ vỡ nhòa. Nụ hôn lạnh lẻo mùi ngân thủy của gương.

Cũng có lúc tôi lờ mờ thấy cậu con của ông Hạo tìm tôi. Tại sao chị thường đến thăm mộ tôi. Vì tôi mê má cậu và tôi đã hôn ba cậu. Tôi không thích thế, tại sao chị không đến vì chị thích đến với tôi. Thế thì tôi không đến được đâu, cậu bé! Nhưng đó là mơ! Thật ra tôi vẫn đến ngôi mộ ấy thường và lánh mặt mỗi lần thấy người ở đó. Có lần ông Hạo nhìn thấy tôi. Ông đuổi theo nhưng bao giờ cũng lạc lối giữa những hàng lau sậy. Những con chim vịt động ổ bay lên quang quác kêu rợp trời. Lẩn lộn trong đó tiếng kêu trầm, nhỏ, yếu ớt của ông Hạo: "Hải! Hải! Em ở đâu, cho tôi gặp một chút". Không khác tiếng kêu trong giấc mơ tôi đã nghe bao nhiêu.

Bốn chúng tôi, Huyên, Tần, má và tôi vẫn sống êm đềm và có vẻ hạnh phúc. Chúng tôi sắp rời khỏi nơi đây. Huyên vào lính. Tôi được gởi đi học xa. Thể Tần bị thuyên chuyển về vùng cao nguyên. Má sẽ theo sống với Tần. Những buổi tối tôi ngồi sành soạn những món quà ngày xa xưa của Huyên. Một đốt ngón tay ướp formol. Bàn tay cán mỏng thành hình hoa pensée. Pensée à moi. Điều đó cần thiết chăng. Đêm, gió vẫn hú dài trên những đồi cát hoang dã sau nhà rồi lướt chân vòng qua những bụi bờ lau sậy giữa đầm lầy và nghĩa trang. Rồi sóng, sóng vẫn rên xiết những lời tuyệt vọng một cách nhàm chán. Và sao, sao lâm chân dày đặc âm ui. Đã qua mùa trăng huyết cuối cùng của tôi ở P.

May mắn tôi là người rời nhà đầu tiên. Huyên có tổ chức một buổi rượu tiễn. Dành cho tôi bất ngờ, anh có mời ông Hạo. Huyên kiêm luôn chức đầu bếp. Món thịt nướng anh làm thật tuyệt. Đủ cả tỏi, quế, ngũ vị hương, cà-ri cay... Mấy chai Mai Quế Lộ được đào lên... càng về khuya tôi càng sợ hãi trước sự bình tĩnh của Huyên và vẻ mặt ngây ngô của ông Hạo. Dưới sự điều động của Huyên, ông khóc cười như một đứa trẻ. Lòng tôn quý của tôi đối với ông tiêu tan như nỗi buồn không còn đọng vết trong mắt ông. Huyên bây giờ độc ác như một gã phù thủy.

Mắt anh đỏ những đường gân chằng chịt, cơ hồ rượu đổ ngụt vào hai cái hố khủng khiếp ấy.

Tôi chịu hết nổi. Chạy vòng ra sau nhà. Thấy Tần ngồi khóc bên đống lông chuột, tôi nghĩ rằng chị đã hiểu lờ mờ. Nhưng tôi thì hiểu thấu suốt mọi sự. Tôi cào nát cổ vẫn không ói được khối thịt thơm phức đã nuốt vào khi nãy. Ông Hạo đang chệnh choạng múa may bước ra cổng và ngã sóng soài giữa bậc đá. Má tôi mang khăn ướt ra lau vết bầm trên trán cho ông. Huyên liệng ra một tấm mền. Tôi ngẩng lên. Không phải hai con mắt lửa. Mà đó chính là hai vầng trăng huyết độc ác và thê lương sẽ theo đuổi tôi suốt cả cuộc đời. Trong chuyến đi xa ngày mai, tôi sẽ không còn lo phòng những bất trắc. Đánh đổi lại, sẽ là những mảnh tình không. Ông Hạo! Ông Hạo! Và những ai sau này nữa. Hãy tha thứ cho tôi. Hãy tha thứ cho anh em tôi...

PHẠM CAO HOÀNG

(Phạm Cao Hoàng - Ảnh Tô Duy Thạch (1974)

Sinh năm 1949 tại Phú Thứ, Tuy Hòa, Phú Yên. Có thời gian dạy học ở Duồng (Bắc Bình Thuận) niên khóa 1969-1970. Hiện sống ở Virginia (Hoa Kỳ).

Khởi viết từ năm 1969. Trước 1975 có thơ đăng trên các tạp chí văn học ở Sài Gòn: Văn, Bách Khoa, Vấn Đề, Khởi Hành, Thời Tập, Ý Thức... Sau 1975 ngưng sáng tác và mãi đến năm 2005 khi định cư ở Hoa Kỳ mới cầm bút trở lại. Ngoài thơ và truyện ngắn còn viết một số ca khúc.

Chủ biên Trang Văn Học Nghệ Thuật Phạm Cao Hoang

(phamcaohoang.com)

TÁC PHẨM ĐÃ XUẤT BẢN TRƯỚC 1975

1. Đời Như Một Khúc Nhạc Buồn *(Thơ. NXB Đồng Dao. 1972)*
2. TẠ ƠN NHỮNG GIỌT SƯƠNG *(Thơ, NXB Đồng Dao, Sài Gòn, 1974)*

SAU 1975

1. Mây Khói Quê Nhà *(Tuyển tập thơ. NXB Thư Ấn Quán. Hoa Kỳ 2010)*
2. Mơ Cùng Tôi Giất Mơ Đà Lạt *(Truyện và bút ký. NXB Thư Ấn Quán. Hoa Kỳ 2013)*
3. Đất Còn Thơm Mãi Mùi Hương *(Thơ. Thư Ấn Quán. Hoa Kỳ 2015)*

THƠ VÀ MỘT SỐ BÀI VIẾT CỦA PHẠM CAO HOÀNG

BẠCH TIỄN TÔI Ở NGÃ BA DUỒNG

tay chưa vẫy mà lòng nghe ứa lệ
người tiễn tôi một sớm mùa thu
cám ơn em, hỡi người thiếu nữ
thôi, chia tay, xe lăn giữa bụi mù
trong phút đó sao người chẳng nói
dù một lời cũng đủ buổi xa nhau
và trong mắt người có gì buồn bã
thoáng ngượng ngùng rồi sẽ quay mau
hình như gió lộng qua màu áo
tóc người che mấy cõi trời sầu
xe lăn bánh tôi âm thầm khóc
có xa rồi lòng mới thấy đau
người tiễn tôi một sớm mùa thu
vàng dáng lá như dáng người tha thướt
đường thì xa vạn dặm mịt mù
những oan nghiệt làm sao ngờ được

tôi phong sương nên không hề biết
con đường nào có lá me bay
con đường nào chân người in dấu
những tình buồn giữa buổi thu phai
người cũng hiểu đời một tên đãng tử
có gì đâu ngoài cuộc sống buồn tênh
những thu qua rồi những mùa thu tới
một mình tôi rồi vẫn một mình
người cũng thấy áo tôi không đủ ấm
chưa ba mươi mà tóc bạc trắng đời trai
ngày tháng cứ lạnh lùng một bóng
tôi điêu linh nay đã mấy năm rồi
có lúc tôi nhủ thầm đời lạ nhỉ

tôi mà cũng có người đưa tiễn ư
tôi mà cũng có người con gái dáng như thu
cầm tay khóc giữa tình đời bội bạc
bởi thế nên cám ơn, người nhé
xe lăn đi là cách biệt ngàn trùng
xe lăn rồi bụi mù trời giông bão
tóc thu người bay giữa hư không

1970

RỒI CUỐI CÙNG CŨNG PHẢI CHIA TAY

Nhớ anh Từ Thế Mộng (1937 – 2007)
Gửi chị Mộng Giao
dù rất sợ phải nói lời vĩnh biệt
rồi cuối cùng cũng phải chia tay
rồi cuối cùng đôi mắt anh khép lại
rời trần gian xa cuộc khổ đau này
đi về đâu hỡi người thi sĩ ấy
về quê hương gió cát tuyệt vời
một thuở Mộng Giao, một trời bè bạn
biển của quê hương, biển của một thời
đi về đâu hỡi người hiền sĩ ấy
về những đêm trăng Hải Thượng Lãn Ông (*)
về những đồi trà mênh mông chiều Bảo Lộc
về một đời thơ lận đận long đong
đời không vui tôi thành người lưu lạc
có đôi lần muốn trở lại quê xưa
cụng với anh một ly, nhắc những ngày vui thuở ấy
vậy mà bao năm rồi vẫn chưa về
đời không vui tôi thành người biệt xứ
không được vuốt mắt anh trước lúc anh đi
chiều lạnh ngắt bên dòng Potomac
vĩnh biệt anh, vĩnh biệt một đời thơ

2007
(*) Tên một con đường ở Phan Thiết

Ở NEW JERSEY, GẶP LẠI PHẠM VĂN NHÀN

sau chiến tranh chúng ta là những người sống sót
còn gặp lại nhau là đủ vui rồi
đêm ở New Jersey
nhắc với nhau về những ngày tháng xa xôi
về người bạn đề thơ trên vách tường năm ấy (1)
về người bạn lên Pleime rồi chẳng bao giờ trở lại (2)
về người bạn mấy lần bị thương ở Bình Định Qui Nhơn (3)
về cà phê quán sớm bên đường
về căn nhà cửa không bao giờ khóa
từ chiến trường
bạn trở về nơi đó
lặng lẽ ngồi nơi chiếc bàn bên cửa sổ
viết truyện thời chiến tranh
viết thật nhanh - mai còn đi hành quân
viết cho kịp - biết đâu không còn gặp lại bạn bè khu sáu
và bạn tôi như thuyền không bến đậu
ngày ở cao nguyên đêm xuống đồng bằng
ôi một thời đi giữa chiến tranh
sống và chết chỉ cách nhau trong tích tắc
sau chiến tranh chúng ta là những người sống sót
còn gặp lại nhau là đủ vui rồi
cụng ly nào! - mai mình lại chia tay

New Jersey, May 7, 2017

(1) Lê Văn Trung: Tình không không cửa không nhà. Lòng như mây trắn bay qua biển chiều.
(2) Nguyễn Phương Loan, tử trận ở Pleime năm 1969
(3) Trần Hoài Thư

NHỮNG BÀI VIẾT KHÁC CỦA PCH

THƯƠNG NHỚ BẠN TÔI, TỪ THẾ MỘNG

Về tình bạn, Nguyễn Bắc Sơn viết:

Có khi nghĩ trời sinh một mình ta là đủ
Vì đám đông quậy bẩn nước hồ đời
Nhưng lại nghĩ trời sinh thêm bè bạn
Để choàng vai ấm áp cuộc rong chơi

Đối với tôi, Từ Thế Mộng là một người bạn hoàn hảo, một người bạn mà khi choàng vai nhau lòng thấy vô cùng ấm áp. Đúng ra, anh là một người bạn vai anh vì anh lớn tuổi hơn tôi nhiều.

Năm 1969, anh và tôi cùng dạy học ở Phan Rí, bầu bạn với Đài Nguyên Vu, Nguyễn Lệ Tuân, Lê Văn Chính, Nguyễn Bắc Sơn, Huỳnh Hữu Võ, Nguyễn Dương Quang, Tô Duy Thạch, Hàn Sa, Phan Anh Dũng, Nguyễn Như Mây, Thương Đài Giao, Hồ Dạ Thoại...Cuối tuần anh và tôi thường ra quán bên đường của Huỳnh Hữu Võ tán dóc chuyện văn chương cùng bạn bè văn nghệ. Vợ anh, chị Mộng Giao, thì ở Phan Thiết, mà bấy giờ đường sá đi lại đầy mìn bẫy

rất nguy hiểm, nên phải đợi vài ba tháng khi quân đội mở đường mới về thăm được. Mỗi lần như vậy tôi luôn đi cùng với anh bằng xe gắn máy. Hàng chục xe quân đội đi trước, dân theo sau.

Về tới Phan Thiết, sau khi cất đồ đạc, thăm chị Mộng Giao và hai cô con gái rất dễ thương của anh, Giao Tiên và Giao My, anh và tôi lòng vòng xuống phố gặp gỡ anh em văn nghệ, cà phê cà pháo đến tối mới về. Ngày hôm sau là ngày chị Mộng Giao cho anh em nhậu. Anh rất khoái nhậu, nhậu vì vui khi có bạn bè. Tửu lượng anh khá cao. Tuy nhiên, uống nhiều hay ít thì anh vẫn vậy, vẫn tỉnh táo, chính xác, không bao giờ nói bậy khi có rượu vào. Anh tốt bụng, hết lòng, và chung thủy với bạn bè. Đọc bài thơ *THƯƠNG NGƯƠI KHÔNG THỂ CẦM TRONG TAY* (*) mà anh viết khi nhà văn Y Uyên (*) qua đời thì có thể hiểu phần nào tấm lòng của anh đối với bạn bè. Tính cách của anh được thể hiện rất rõ trong hai câu thơ, "Cậu cười, ta đưa ống sáo nâng ngang mày. Chào tuốt người thương và kẻ ghét". Chào tuốt người thương và kẻ ghét. Từ Thế Mộng là vậy. Anh khiêm tốn, hào phóng, thích giao du nên bạn bè rất nhiều. Điều đặc biệt là bạn bè ai cũng quí mến, kính trọng anh. Tôi chưa bao giờ nghe ai than phiền về anh.

Anh sống có trách nhiệm với gia đình, với bạn bè. Anh sống hết lòng với thi ca, với cuộc đời, nhưng cuộc đời không hết lòng với anh. Sau 1975, anh cơ cực, thiếu trước, hụt sau. Tháng trước Phạm Văn Nhàn báo tin anh bị bệnh nặng. Tôi vội vàng gọi điện thoại về thăm. Dù rất vui nhưng giọng anh khá mệt nhọc. Anh nói, "Hôm qua Nguyễn Bắc Sơn có ghé thăm anh. Tuần trước Huỳnh Hữu Võ cũng có vào". Tôi hỏi đùa, "Anh em tới thăm có tổ chức nhậu không?". Anh cười buồn, "Gặp anh em mà không nhậu kể cũng tức thiệt. Nhưng nhậu sao được. Bệnh thận mà".

Những ngày anh lâm trọng bệnh, Giao Tiên và Giao My tập hợp bản thảo để in tập thơ cuối cùng của anh: THƠ TỪ THẾ MỘNG. Bạn bè khắp nơi tìm cách chạy chữa cho anh, nhưng đời người hữu hạn, dù rất sợ phải nói lời vĩnh biệt, rồi cuối cùng cũng phải chia tay. Chỉ ân hận một điều là tôi đã không gặp anh một lần trước lúc anh đi. Giờ thì chẳng bao giờ còn thấy nhau, chẳng bao giờ còn được choàng vai nhau để ấm áp cuộc rong chơi. Nhớ vô cùng những ngày tháng ấy và tiếc vô cùng những kỷ niệm của một thời.

Virginia, 13.5.2005

(*) Y UYÊN (1943 – 1969), nhà văn, nổi tiếng với những truyện ngắn viết về chiến tranh, tử trận ở đồn Nora, Phan Thiết, ngày 8.1.1969 khi mới 26 tuổi.

DUỒNG, MỘT THỜI BIỂN MẶN

Năm 1969 và 1970 tôi dạy học ở Duồng. Duồng là một địa phương nhỏ, nằm sát biển, cạnh quốc lộ 1, cách Phan Rí khoảng 10 cây số về phía bắc. Dân địa phương sống bằng nghề đi biển và làm ruộng muối. Nước biển vùng này rất mặn, làm muối rất tốt nên muối ở Duồng rất được ưa chuộng. Duồng có một con đường chính không lớn lắm, hai bên chi chít những dãy nhà hai tầng bằng gỗ, trông giống những khu nhà thường thấy trong phim cao bồi Mỹ. Duồng có một thắng cảnh được nhiều người biết đến: Gành Son, với những vách đá màu đỏ thẫm cùng những hang động trông rất đẹp mắt.

Một đồng nghiệp của tôi, Thái Văn Thạnh, có nhà ở Duồng, sắp xếp cho tôi một chỗ ở trong nhà anh. Trong căn nhà này, tình cờ tôi lại gặp một người cũng mê thơ, mê nhạc: Nguyễn Dương Quang. Nguyễn Dương Quang, gốc Đà Lạt, là sĩ quan quân đội đang đóng quân ở gần đó, và gia đình Thạnh cũng giúp anh có một chỗ ăn ở giống như tôi để anh có nơi chốn đi về. Chúng tôi trở thành bạn và có nhiều kỷ niệm ở Duồng. Nguyễn Dương Quang là mẫu người cương trực, thẳng thắn, nhanh nhẹn, tháo vác, sống đàng hoàng, và đặc biệt, chơi với bạn rất tốt. Trong căn nhà hai chúng tôi trọ có một thiếu nữ xinh đẹp với khuôn mặt giống như búp bê Nhật Bản. Thiếu nữ này là em gái của Thái Văn Thạnh, tên là Thái Thị Hồng và sau đó vài năm Hồng trở thành người bạn đời của Nguyễn Dương Quang cho đến bây giờ.

Thời gian này, chiến tranh vẫn khốc liệt, sống và chết nhiều khi chỉ cách nhau trong tích tắc. Tâm trạng chung của chúng tôi là chán ghét chiến tranh, buồn bã vì chiến tranh, và đau khổ vì chiến tranh. Từ Duồng, Nguyễn Dương Quang đã viết bài thơ hay nhất của anh, được nhiều người yêu thích, và được giới phê bình văn học đánh giá cao: *ĐÊM CUỐI NĂM VIẾT CHO MÁ*.

Tuy là một làng quê nhưng sinh hoạt ở đây cũng chẳng khác gì ở thành phố, cũng tiệm bi-da, cũng quán cà phê đầy đủ. Thú vị nhất là những đêm chúng tôi theo ngư dân địa phương đi thuyền ra ngoài biển, neo thuyền ngoài đó, lưới cá lên, luộc và cuốn bánh tráng ngay trên thuyền. Ngon tuyệt. Nếu là đêm trăng thì lại càng thú vị hơn, hồn thơ tha hồ mà bát ngát. Người dân ở đây rất thân thiện, dễ gần gũi và dễ mến. Tôi hay la cà ở các quán cà phê vào sáng sớm, thời điểm họ vừa đi biển về, trò chuyện, học hỏi những kinh nghiệm sống của họ.

Hồi ấy, những cây bút tên tuổi đều tập trung ở Sài Gòn. Dạng như chúng tôi được gọi là những cây bút trẻ vì trẻ cả về tuổi đời lẫn số năm cầm bút. Địa phương nào cũng có những cây bút trẻ như vậy, tuy chưa quen nhau, nhưng đều biết nhau qua các bài đăng trên báo, và khi có dịp gặp nhau thì trở thành bạn bè rất nhanh. Khi đến một địa phương nào, chúng tôi đều biết trước dân văn nghệ ở đó gồm những ai. Nổi bật trong số những cây bút ở Phan Rí thời ấy có Nguyễn Lệ Tuân, Huỳnh Hữu Võ, Tô Duy Thạch, Đài Nguyên Vu, Hàn Sa. Còn Từ Thế Mộng, Phạm Cao Hoàng. Nguyễn Dương Quang là "dân nhập cư". Anh em văn nghệ Phan Rí có chung một đặc điểm là chơn chất, hiền lành, cởi mở, hào phóng, và anh nào cũng mê thơ. Tôi cũng là dân mê thơ nhưng gặp mấy sư phụ này tôi chỉ là đệ tử. Người mê thơ nhất, bị thơ hành nhiều nhất là Nguyễn Lệ Tuân (đã qua đời). Gặp anh ở đâu, trong quán cà phệ, ngoài đường..., anh thường đọc ngay một bài thơ. Tôi mới làm bài này. Đọc cho ông nghe;. Anh mê thơ đến độ trong một bài thơ anh có ước nguyện rằng mai kia nếu anh chết, hãy cho anh tiếp tục được sống với thơ ở thế giới bên kia.

DỰNG MỘT LỀU THƠ TRÔNG RA CỬA BIỂN

Nguyễn Lệ Tuân

mai tôi chết xác tan vào lòng đất
xin hãy cho tôi nắm cát máu quê nghèo

dựng một lều thơ trông ra cửa biển
để ngàn năm mãi mãi được quạnh hiu

Dựng một lều thơ trông ra cửa biển. Để ngàn năm mãi mãi được quạnh hiu. Ôi, một tâm hồn thơ tuyệt vời.

Trong hai bài thơ trên, cả Nguyễn Lệ Tuân và Nguyễn Dương Quang đều dùng chữ "cát máu". Ở Bình Thuận, dọc theo biển có những đồi cát màu đỏ, do gió thổi mạnh dần dần tạo thành. Nhiều trận đánh ác liệt từng diễn ra ở những đồi cát này, nên anh em văn nghệ ở Phan Rí hay dùng chữ "cát máu" như một cách diễn đạt nỗi buồn chiến tranh. Nguyễn Bắc Sơn cũng từng có những câu thơ về những đồi cát ấy: "Đêm nằm ngủ võng trên đồi cát. Nghe súng rừng xa nồ cắc cù. Chợt thấy trong lòng mình bát ngát. Nỗi buồn sương khói của mùa thu" (Mật khu Lê Hồng Phong, thơ Nguyễn Bắc Sơn).

Duồng, một thời biển mặn, một thời kỷ niệm với Nguyễn Dương Quang và bạn bè Phan Rí. Mùa thu năm 1970, tôi từ giã Duồng chuyển về dạy dọc ở nơi khác. Sau này, có đôi lần trở lại, rồi phải bươn chải lo toan cho cuộc sống nên đã nhiều năm chưa có dịp quay về.

Nhận định về bài thơ *ĐÊM CUỐI NĂM VIẾT CHO MÁ* của Nguyễn Dương Quang, nhà phê bình văn học Đặng Tiến viết, "Tác giả ít được biết đến, nhưng bài thơ hay quá, chất trí tuệ quyện vào tâm huyết ,hồn nhiên mà điêu luyện. Tình cảm chìm chìm mà ý tứ lâng lâng. Trong sáng, sao mà u uất ? Thơ đích thực là điều đơn giản kỳ diệu "có nói cũng không cùng" (Đặng Tiến, giới thiệu tuyển tập *Thơ Miền Nam trong thời chiến* - nhà xuất bản Thư Ấn Quán, 2006).

Sau 1975, cũng như nhiều sĩ quan khác trong quân đội của "bên thua cuộc", Nguyễn Dương Quang đi "học tập cải tạo". Sau khi ra trại, anh về Đà Lạt làm vườn và chở xác cá (phần còn lại sau khi làm mắm) từ Phan Rí về Đà Lạt bán lại cho người làm vườn. Mấy lần gặp anh bên chiếc xe tải chở xác cá, trông anh thật lãng tử giang hồ. Sau những chuyến xe chở xác cá, cái còn lại với Nguyễn Dương Quang vẫn là thơ, nhạc, và bạn bè. Tập thơ duy nhất của Nguyễn Dương Quang, *ĐÊM ÔM ĐÀN UỐNG RƯỢU MỘT MÌNH*. được nhà xuất bản Thư Ấn Quán (Hoa Kỳ) in và phát hành vào năm 2015.

Ba năm trước, tôi về Đà Lạt có ghé thăm Nguyễn Dương Quang. Trông anh yếu hẳn và thần sắc phờ phạc. Linh tính báo cho tôi biết có thể đây là lần cuối tôi gặp anh nên tôi dành phần lớn thời gian ở đó đến thăm anh nhiều hơn những lần trước. Ngày nào tôi cũng đến nhà anh ở đường Duy Tân để hàn huyên, nhắc lại những kỷ niệm thời tuổi trẻ. Đêm tôi rời Đà Lạt, anh không cho tôi đi taxi, nhất định lái xe đưa tôi và Hoa xuống phi trường Liên Khương (Đức Trong) mặc dù lúc đó là 12 giờ đêm. Đến nơi, phi trường tối om, đèn đóm tắt đâu mất hết. Trong bóng tối lờ mờ nơi cửa, tôi thấy một người ngoại quốc đang đứng một mình. Tôi hỏi thăm về chuyến bay đi Sài Gòn. Anh ta nói thường đi lại phi trường này nên biết rất rõ: Máy bay sẽ cất cánh lúc 3 giờ sáng và họ sẽ làm thủ tục trước giờ cất cánh 1 tiếng.

Như vậy chúng tôi phải chờ 2 tiếng nữa mới làm thủ tục. Nguyễn Dương Quang nói chờ thì chở, lái xe xuống trung tâm Đức Trọng, ăn phở uống cà phê hút thuốc lá trong khi chờ đợi. Đến 2 giờ sáng chúng tôi làm thủ tục xong anh mới chịu chia tay. Và đó quả thật là lần cuối cùng tôi gặp Nguyễn Dương Quang.

Rồi việc gì đến cũng phải đến. Anh nhập viện cả tháng nay. Trưa nay anh Nguyễn Quốc Thái, Nguyễn Sông Ba, Trần Minh Triền, Nguyễn Minh Nữu báo tin cho biết Nguyễn Dương Quang vừa vĩnh viễn ra đi vào lúc 5 giờ 35 phút chiều ngày 29/4/2020. Không bất ngờ nhưng buồn quá.

Nhớ và thương người bạn tài hoa, phóng khoáng, hào sảng và tốt bụng ấy vô cùng.

PHẠM CAO HOÀNG
(Viết lần đầu năm 2012. Bổ sung ngày 29.4.2020).

(DUỒNG, MỘT THỜI BIỂN MẶN (Ảnh chụp ở Duồng năm 1970)
Ngồi: 1.Thái Văn Thạnh 2.Huỳnh Hữu Võ 4.Nguyễn Dương Quang 5.Hàn Sa
Đứng: 1.Nguyễn Lệ Tuân 4.Vũ Đức Sao Biển 6.Tô Duy Thạch 8.Phạm Cao Hoàng)

(Phạm Cao Hoàng/ Phạm Văn Nhàn tại nhà Trần Hoài Thư ở New Jersey)

NGUYỄN THỊ LIÊN TÂM

Sinh năm 1957 tại Phan Thiết, Bình Thuận.

Tiến sĩ Ngữ văn. Nguyên PHT trường Cao đẳng sư phạm Bình Thuận

■ TÁC PHẨM IN RIÊNG: 12 tập

* THƠ: 8 tập - 1. Đa đoan(2003)/ 2. Khắc khoải những câu Kiều *(2005)*/ 3. Người đàn bà trong đêm dạ lan *(2008, tái bản 2010)*/ 4. Và ta quét dọn nỗi buồn *(2012)*/ 5. Đêm thơm lựng mùi sen *(2016)*/ 6. Mùi thảo quả vẫn lừng hương *(2019)*/ 7. Những miền xanh thẳm *(2020)*/ 8. Gót sen đủng đỉnh... *(2022)*

* PHÊ BÌNH: 03 tập

* TRUYỆN NGẮN: 01tập Giấc mơ trên đồi Trinh Nữ *(2020)*

■ TÁC PHẨM IN CHUNG

Trong các tuyển tập thơ:

- Thơ tình chọn lọc *(báo Văn nghệ tổ chức thi 2007)*, 360 bài thơ tứ tuyệt *(TC Kiến thức Ngày nay tổ chức)*, Thơ Áo trắng *(NXB Đồng Nai)*, Tuyển tập thơ, truyện ngắn Bình Thuận... Thơ nhà giáo, Tấm lòng nhà giáo... Tình khúc mùa thu *(Lê Hân chủ biên, 2020)*, Đàn bà thơ *(2018)* Hòn đá lăn không rêu *(Nguyễn Đông A chủ biên, NXB HNV 2021)*.

* Trong các tuyển tập Truyện ngắn

1. Truyện ngắn hay các tác giả nữ *(NXB VH tuyển chọn, 2009)*/ 2. Tuyển tập truyện ngắn Bình Thuận/ 3. Tuyển tập truyện ngắn Chi hội Phan Thiết- Bình Thuận ...

Ngoài ra, còn có Thơ, truyện, phê bình đăng trên các báo Văn Nghệ, TC Văn Nghệ QĐ, TC Sông Hương, Diễn đàn Văn nghệ Việt Nam, TC Văn nghệ Bình Thuận, TC các tỉnh bạn, các TC khoa học, Tập san Quán Văn, Tập san CLB Người yêu sách Nguyễn Huy Tưởng... Các trang mạng có uy tín về VHNT...

* Hội Họa: Vẽ tranh từ 2014, đến nay khoảng 100 tác phẩm

■ GIẢI THƯỞNG_

GIẢI B VHNT Dục Thanh (5 năm 2012-2017) của tỉnh Bình Thuận cho tập thơ *"Và ta quét dọn nỗi buồn"*, NXB HNV 2012.

MỘC MIÊN THẮM ĐỎ MÔI NGƯỜI

Môi ngoan chạm nét xuân thì
Mộc miên chớm đỏ, tay tì vết son
Quạt nồng, yếm thắm đa đoan
Tay thơm trổ nhánh, mở toang cổng làng

Sân đình tấu khúc song lang
Vải thưa đính vội hai hàng cúc khuy
Em đành khép bóng nhu mì
Yếm ngoan đã rớt, xuân thì đã phai

Mộc miên thắm đỏ môi ai
Trăng khuya đã cạn, thở dài ngõ sâu.
Cổng làng khép gió chùng nâu
Mộc miên rơi rụng, phơi mầu đỏ đen!

MẸ ƠI TUỔI HẠC MÂY NGÀN

Mẹ già như cánh đồng khô
Nứt nẻ cũng mặc, biển hồ thương con
Chân trần lấm láp bùn non
Mưa dầm nắng dãi, mỏi mòn lời ru

Mẹ ngồi phơi với thiên thu
Chắt dòng sữa ngọt, cần cù tháng năm
Cho con ánh sáng trăng rằm
Cho con bài hát thiện tâm cõi Người

Mẹ già nhớ tuổi đôi mươi
Thuở con chập chững, khóc cười sớm trưa
Ru con qua những nắng mưa
Ru con qua những đong đưa phận người

Mẹ ơi! Ơn mẹ! Mẹ ơi!
Cho con một kiếp làm người trần gian
Mẹ giờ tuổi hạc mây ngàn
Thương Mẹ quá. Cánh đồng làng của con

CHIỀU CUỐI THU

Chạm nhánh lá thơm
Căn phòng sực nức mùi hương thảo
Hệt như có bóng nàng thơ
tung váy hoa hát khúc Serenade
"Chợt thấy rưng rưng trong lòng ta.
Chiều buông một đóa..."
Chiều tà.

Mùa thu đang đi xiên qua vòm cây
Lá xanh xao.
Cỏ đón bàn chân dẫm lên ẩm mục
Cognac rượu mừng
Đêm thức
Gọi người quay về.
Trắng xóa trời thu.

Cảm xúc thời gian
Vũ điệu Boston
Nếp váy hoa ủ đầy hương mật
Bếp lửa tỏa mùi lá thơm
Ôi! mùi thân phận
Cháy sém đời điêu linh

Đêm qua.
Ta ngồi trong lặng thinh
Rượu anh đào, hoa hồng,
và nhành cỏ gai... quanh lò sưởi
Tí tách củi khô
Cháy đi.
Nỗi buồn rười rượi
Ngửa cổ... uống hoài giọt sương...

Chiều sương núi, 7/2018

KHỎA TRĂNG, TRINH NỮ LỘI SÔNG

Trinh nữ lội sông
Bắp chân trần miên man khỏa nước
Chiều tím thẫm. Rưng rưng
Mé rừng phía hoàng hôn. Ai vẫy gọi tình nhân?
Mé rừng phía hoàng hôn. Thơm lừng mùi quả ngọt.

Dòng trôi vàng hoa, vàng lá
Trinh nữ lội sông. Lội qua mùa thu vội vã
Trắng ngần nét ngọc trần gian
Bỏ lại sau lưng, vườn cải tơ vàng.
Bỏ lại sau lưng, những nhành ổi ngọt...

Trinh nữ lội sông
Xuyến chi hoa cài mái tóc
Tóc xõa như mây
Bồng bềnh trôi giữa vầng trăng mộc
Ngân nga... ngân nga
Nhu nhú trăng lên tình tự giang hà.

Trinh nữ là ai? Một thời con gái.
Trinh nữ là ai? Một thời thơ dại
Theo trăng một cõi bên sông.
Theo trăng một cõi chưa chồng.
Trinh nữ lội sông.
Lội sông. Lội sông.
Khỏa trăng. Đêm ngà sóng nước
Nước cười, té tát cùng trăng.
Trinh nữ lội sông. Tắm với chị Hằng
Ơ này, trắng trong, trong trắng...

TRUYỆN NGẮN

ĐỜI CÁT, ĐỜI SEN

Thất thập cổ lai hy. Bảy mươi tuổi, cổ nhân đã cho là hiếm. Vậy mà trời thương cho mẹ thêm hơn một chục năm dài. Rồi lại tặng không cả mười năm sương gió.Tiếp nối cho một điệp khúc ban mai vượt đồi, lội cát. Tròn chẵn chín mươi năm. Như bóng câu qua cửa sổ. Chóng vánh. Bé Con của chín mươi năm trước giờ lưng còng, tóc bạc, da mồi mỏng như tờ giấy quyến.

Mỗi buổi sáng trong lành, khi vài giọt sương từ mấy nhánh bằng lăng treo lủng lẳng những chùm hoa tím rơi lộp bộp trên mái tole thì Bé Con đã lủn củn đi sau cha men theo con đường đất nhỏ, vượt qua những đám rẫy mì, rẫy bắp, rẫy mè, rẫy dưa của xóm Lương Tây. Vượt qua không biết bao nhiêu cát là cát. Hằng hà sa số cát. Không biết cát ở đâu mà giăng giăng đồi đồi, bãi bãi. Cứ theo hướng mặt trời mà đi, khoảng chừng ba cây số là đến đỉnh dốc Hầm. Bên tay phải là cả một thảo nguyên bao la, bằng phẳng, xanh mát. Bên tay trái chếch về phía mặt trời mọc là một bàu nước mênh mông, mênh mang. Đỉnh dốc Hầm khá bằng phẳng, có thể ngồi bệt xuống nền cỏ xanh, duỗi thẳng hai chân, vùi vào trong cỏ mát sương. Cát nâu bên dưới, mấy cọng cỏ non lún phún trồi lên trên. Ba của Bé Con quấn một điếu thuốc rê bằng mấy ngón tay vàng ệch. Bật lửa. bập bập vài hơi, ngửa cổ thả lên trời xanh, rồi ngắm mấy cụm khói mỏng bay lang thang. Bé Con không thích ngồi yên, cứ nhong nhóng mấy con bướm nhỏ xíu đang chập chờn trên bãi cỏ.

Lốc thốc năm năm, mười năm, rồi mười lăm năm trôi qua. Bé Con đã vụt lớn nhanh như phỗng. Và cũng hai mươi năm lội cát, vượt đồi, vượt ba cây số để leo lên dốc đỉnh Hầm. Bỏ lại sau lưng cả một vành đai cát đỏ bao bọc cả một vùng mà Bé Con nghe người ta gọi là đồi Xích Thố. Gọi tên như vậy là bởi, nhìn xa, mọi người thấy nó giống đàn ngựa đỏ tuyệt đẹp đang phi nhanh trên nền trời bao la xanh thẳm. Nhưng với Bé Con, đồi Xích Thố hệt như một cô gái mặc chiếc áo màu đỏ rực đang nằm xoải dài dưới ánh mặt trời.

Rồi thêm mươi năm nữa. Đến một ngày, Bé Con không còn là bé con nữa. Mỗi sáng sớm mùa đông, đi trên những đồi cát lạnh, tửu lượng Bé Con tăng dần. Lúc đầu chỉ là vài ngụm cùng chồng để ấm bụng lúc hừng đông. Dần dà vài ngụm trong nhiều lần của một ngày, nên đã uống thành cả xị… Khoảng mười năm sau, tăng lên hai xị, vị chi là nửa lít rượu mỗi ngày. Để thêm sức mạnh chống cái lạnh và sức mạnh chống cái buồn để nuôi bầy con nhỏ vì người đàn ông đầu ấp, tay gối bỏ đi sớm quá.

Tuổi tám mươi vẫn ngày ngày vượt qua hàng mấy cây số đường cát, đường dốc để đến đỉnh dốc Hầm, để quay lại ngắm đồi Xích Thố sau lưng và để ra Bàu Trắng. Một ngày cả đi cả về trên mười cây số. Cả đời đi về con đường dốc và cát đủ màu này, trừ mấy ngày Tết và giỗ chạp, sinh nở; tính lại mẹ đã đi về trên ba mươi ngàn cây số - ba phần tư chu vi trái đất. Quanh quẩn ở vùng đất này nên hiểu đất rõ biết bao nhiêu. Mỗi ngày uống nửa lít rượu. Cả đời uống khoảng 1.500 lít. Nhiều như thế nên hiểu cuộc đời sâu hơn, vui buồn cũng nhiều hơn.

Từ đỉnh dốc Hầm đỏ au au, Sen thủng thẳng buông hai vai để đi chúi xuống dốc. Cát chui vào đôi dép nhựa hai quai nghe nhột nhạt. Bỏ dép đi chân trần. Cát mịn và ấm vì nắng chưa lên cao.Xuống đến cuối dốc, chân lại chạm vào cát hồng, cát trắng, rồi tiếp nối là những luồng cát đen, nâu chạy vắn ngang trước mặt. Ngày trước, người đi làm rẫy còn kháo nhau rằng: bước chân lên dải cát đen, bàn chân sẽ nóng lên như có điện. Vội thêm vài chục bước chân sẽ gặp trở lại vùng cát trắng mênh mông. Cát cũng đủ màu để đủ pha trộn vào cuộc đời của sen.

Mùa mưa, cát thấm nước, dễ đi hơn. Cát không chui vào gan bàn chân nhồn nhột. Cát không tuôn dép đi tuồn tuột. Nhưng thiếu cái cảm giác đi như trôi người trong cát. Đồi cát đỏ. Đến dòng cát trắng. Đến những vệt cát xám đen, nghe người ta gọi đó là cát quý Titan. Rồi chân sẽ chạm tới biển đồi bao la cát trắng. Ngày nào Sen cũng vượt qua những vùng đồi cát như thế. Lâu dần, dù hình thù cát có di chuyển đổi hình, đổi dạng, Sen cũng có thể nhắm mắt nhớ lại như in những dáng nằm cũ của nó. Vượt qua hết vùng cát trắng sẽ đến một cánh rừng thông thưa. Một nơi nghỉ chân êm ả. Cái nắng, cái nóng như bị bùa phép hóa giải. Và Sen lạc vào ma trận của sự thinh lặng. Nhưng cũng chỉ được một lát thôi, phải vượt qua sự thinh lặng để tiếp tục bước vào một vùng cát trắng có những dây xanh bò chằng chịt như phủ kín bề mặt của đất.

Những trái dưa xanh đủ kích cở đang nằm lông lốc phơi mình dưới nắng. Trái to như quả banh da. Trái nhỏ như trái cam, trái quýt… nằm gối vào nhau, dựa vào nhau.Vô tư. Hồn nhiên thơ trẻ. Mấy cái chậu sành thảnh thơi nằm nghỉ trên rẫy. Sen thò tay bứt một trái, đập vào cạnh chậu sành. Trái dưa vỡ ra, lòng ruột đỏ, đầy hạt đen, ăn cho thỏa cơn khát. Không phải mất tiền vì đã lẫy hạt dưa dùm cho chủ rẫy. Ai cũng có lợi. Người không phải bỏ tiền mua dưa để giải khát. Người không tốn tiền thuê lẫy hạt dưa rang bán vào dịp lễ lạt, cưới xin, ngày tư ngày tết. Sen cũng là một người khách không mời mà đến của cái rẫy này suốt tám mươi năm trong những ngày rộ dưa.

Đi qua rẫy dưa, là xuống đến tận đùi bàu. Ba đánh cá trên bàu. Chồng đánh cá trên bàu. Sen thu gom thành quả của cả hai người. Cái bàu không đáy, ăn thông giữa Bàu Ông và Bàu Bà. Đến mùa, sen hồng, sen trắng nở miên man trên những thảm lá xanh um, chỉ nhìn thôi đã thấy lòng thanh thản, dịu nhẹ. Nghe đồn trai làng Ông xuống trồng sen cho gái làng Bà nên sen ở bàu Bà mới giăng giăng khắp hai bờ bàu như thế. Cả hai, ba cây số toàn màu hồng, màu trắng của sen.. Sen đã từng mơ lại giấc mơ của Bé Con năm xưa, bơi qua đáy thông nhau để đến với xứ sở thần tiên. Lớn lên thành một thiếu nữ, lại mơ được ăn hạt dưa đỏ, mơ thành Nàng Ba nhưng không bơ vơ trên hoang đảo. Có lúc Sen lại mơ đứng trên lá sen xanh. Lá sen làm thuyền, đưa người về bên ấy.

Ngày ngày, trong sương sớm, trên đường đi đến bàu đánh cá, Ba thường hay kể cho Bé Con nghe nhiều câu chuyện xửa xưa: *"Cọp Khánh Hòa, ma Bình Thuận", nhưng quê mình cũng lắm cọp. Thời ông nội, ở vùng này, thỉnh thoảng có người đi rẫy sớm, bị cọp rình bắt và ăn thịt. Nhưng lần đó, cọp không ăn hết mà để lại một cái tay, một cái chân và bộ lòng... Biết nó sẽ có thói quen tìm trở lại để ăn cho hết nên dân làng nén đau khổ, vái xin người đã khuất cho tẩm thuốc độc vào phần thi thể còn sót lại, rồi chia nhau rình bẫy cọp. Quả nhiên, nửa đêm cọp về. Sáng hôm sau, cả vùng cây cỏ bị quần nát vì cọp thấm thuốc".*

Nhiều khi, Ba cùng với ông nội phải đi qua những lùm cây cạc nưa, thân mềm màu nâu, hoa màu trắng muốt, tròn to như cái nấm rất đẹp nhưng mùi hoa thì thúi như mùi chó chết. Có lần, cả hai đang men theo những hàng cây cháy sém đỏ đen như da báo, thì ông nội phát hiện mùi cọp. Linh tính báo là cọp đang rình, vì dưới tán lá mù u, có cả một đống nước miếng. Lo cho con trai, ông nội trụ một bên, đẩy ba qua một bên phòng thủ. Lúc bấy giờ, tiếng gầm của cọp vang lên như tiếng xe của bà Thêu (người có xe tải đầu tiên của vùng này) rú lên đỉnh dốc Hầm. Hai cha con mất cả hồn vía, run như cầy sấy, nghĩ rằng phen này thân thể sẽ chẳng còn. Nhớ lời ông nội dặn, khi con cọp vằn vện có lẽ còn ít tuổi lừ lừ xuất hiện, Ba chống cây rựa trước mắt, nó nhìn một lát rồi bỏ đi. Lần đó hú vía, y như được sinh ra trên đời lần thứ hai; về nhà nội cúng giải hạn, lạy như tế sao.

Ba còn kể: *"Ngày trước, ông nội cũng đánh cá trên bàu. Nghe nói, có một con cá sấu cứ thường nổi lập lờ trên mặt nước như khúc củi mục. Mấy tay cự phách - bạn thanh niên của ông nội đã từng cùng nhau câu cá sấu trên bàu. Một cái giàn câu móc gần một trăm cái gọi là săn kiều hay săn giàn. Cả trăm cái móc đều to và sắc nhọn. Một con chó thui chín thơm phưng phức được cột chặt vào giữa giàn câu. Bè gỗ kết giàn câu có con mồi được đẩy ra giữa bàu nước mênh mông. Xung quanh mép bàu nhà cửa thưa thớt lắm, có nơi bàu giáp với rừng thông, có nơi giáp với đồi cát trắng dựng đứng, có nơi giáp với những vạt cỏ lau, có nơi lại giáp với man man lá sen xanh um; sen hồng, sen trắng lúp xúp nụ và hoa, với những củ, rễ sen chằng chịt cùng rong rêu bên dưới mặt nước.... Ban ngày mông quạnh là cát, là trời, là mây, là nước. Ban đêm là những ánh lửa ma trơi lập lòe. Bẫy giàn câu gắn mồi thơm hấp dẫn, thường được nhử lúc gần trưa, dụ cá sấu lừ đừ nổi lên tìm thức ăn".*

Ba nói:*"Con sấu hung dữ của Bàu Trắng ngày đó bị mắc lừa con người, ăn phập vào đám lưỡi câu. Những tay cự phách đã phóng lao, giăng dây bắt nó sau một ngày quần nát cả một vùng lau cỏ, sen súng quanh hồ".*

Cái đẹp và cái ác tồn tại bên nhau. Nhưng cái đẹp đã giải trừ được tai họa. Bóng cô gái giặt áo ven bàu bị cá sấu ăn thịt đã được siêu thoát, nên đêm đêm không còn nghe tiếng khóc tỉ tê, sầu thảm nữa. Dân làng không còn phải run mất mật khi có việc phải đi ngang bàu lúc chạng vạng. Đó là câu chuyện của ngày xa xưa, không biết đúng hay chỉ là lời đồn thổi.

Sen thành vợ, thành mẹ, rồi thành bà. Vòng đời luân chuyển. Ở vùng cát bỏng này, cô Sen thiếu nữ cũng thường theo dấu những con dông vằn vện sọc xám, hồng, xanh lam, đen, trắng… chạy long nhong trên cát, trốn vào những cái hang sâu trên cát để bắt chúng. Năm mẹ Sen ngoài bốn mươi, có cái hang độc ác đã dấu thằng con trai yêu quý của mẹ vào lòng đất như chôn sống. Lúc ấy, mẹ nghe như ai bóp nghẹt trái tim. Và mẹ nghiệm ra, con mẹ bị cái án của đời cát lưu truyền. Cũng chính cái đêm hôm ấy, mẹ say lần thứ hai trong đời. Lần thứ nhất là khi ba lũ trẻ bỏ mẹ mà đi không một lời trăng trối. Mẹ đã uống cả hai xị cùng một lúc rồi vật vưởng, lang thang, gào rú một mình trên đỉnh dốc Hầm, lòng chết điếng vì mất con.

Ròng rã, mỗi sáng lại vượt qua đỉnh dốc Hầm, qua đồi Xích Thố, băng qua những luồng cát đỏ, cát hồng, cát xám, cát đen... Không ai muốn phân biệt đâu là đồi Trắng, đâu là đồi Hồng, đâu là đồi Xích Thố, đâu là đồi Titan, nếu như cát không có nhiều màu như thế. Phân biệt để giúp thằng cháu ngoại của mẹ bị khuyết tật theo học làm tranh cát có thể pha màu cát mà vẽ tranh. Cát quê nhà sẽ mãi ở quê nhà nếu không cho nó có cơ hội đi xa, thâm nhập vào những cuộc đời mới. Phải biết cách làm cho cát có cuộc đời của cát, cho cát đi xa hơn nơi nó đã sinh ra. Cái thằng cháu khuyết tật không thèm nói, không thèm nghe của bà thật khéo tay. Con gái bà nói nó đi học vẽ, học làm tranh cát từ một nghệ nhân ở thành phố, nhưng lại là dâu con của vùng cát này. Rồi nó về quê, lặn lội tìm cát đủ màu ở đồi Hồng, đồi Trắng, đồi Bà Tiên, đồi Đất đỏ.... Rồi tỉ mỉ, tẩn mẩn từng chút một, với những lọ cát nho nhỏ, những cái muỗng nho nhỏ, các bạn khuyết tật nho nhỏ... để làm tranh cát. Mẹ thấy nó làm ra cảnh vật nơi này, nơi khác; hình ông nọ, bà kia. Nhưng nó chẳng thèm làm cho bà một bức. Nó đâu biết rằng, những dấu chân mẹ tăm tắp trên đồi cát trắng đã được mấy tay chụp hình chụp lấy chụp để. Nó đâu biết rằng, khuôn mặt nhăn nheo của mẹ cũng được các họa sĩ vẽ và gửi đi dự thi rồi đoạt giải lớn.

Dấu chân gầy trên cát và khuôn mặt già nua đầy vết nhăn của mẹ cũng còn có ích lắm.

Bây giờ, ngày ngày, từ sáng sớm tinh sương đến tối mịt, mẹ vẫn uống hai xị rượu, vượt qua những đồi thông, leo lên tận đồi cát trắng tinh có những vệt nước từ bàu sâu thấm lên tận đỉnh.

Nhưng mẹ không đi thu gom cá của Ba và chồng đánh từ Bàu Trắng nữa vì họ đã ra người thiên cổ. Mẹ vượt cát, lên đồi vì nhớ một thói quen đã làm suốt gần chín mươi năm. Lên đồi cát, ra bàu Trắng để nhớ cái bóng ngày xưa của Ba, của ông chồng bỏ mẹ ra đi trước. Con cháu nói mẹ già lẩm cẩm, cứ nhớ chi chuyện cũ gần một trăm năm rồi. Có đứa còn đọc cho mẹ nghe mấy câu thơ của một người bạn tặng nó khi về chơi bàu sen và vùng cát trắng này:

Loay hoay trong phiền muộn/ Ta muốn vớt sen vàng

...

(Nguyễn Thị Liên Tâm/ Phạm Văn Nhàn - Phan Thiết 2014)

LÊ NGYÊN NGỮ

(Ảnh trên mạng)

Tiểu sử:

Tên thật: Lê Văn Tám

Sinh ngày: 20-2-1949. Tại làng Sa-Ra, xã hàm Đức. Huyện Hàm Thuận bắc. Tỉnh Bình Thuận.

Hội viên hội nhà văn Việt Nam

Hiện sống ở Việt nam.

Xuất bản:

gồm 7 tập truyện. 1 tập tiểu thuyết và những tập in chung.

QUÁN TẢN CƯ

(Tặng Đoàn thị Hàn)

1.
Anh lính đại đội Một-bảy-năm
Đồn nơi cầu Mường Mán
Chiều rảnh quân ghé lên bờ tả ngạn
Làng sát bên sông vừa rộ buổi chợ chiều
Ghé quán em nghèo chái lá xiêu xiêu...
Anh uống chi
Mời vào trong ngồi nghỉ
Giọng nói em nghe nặng miền Quảng Trị
Chạy tản cư bán nước sống qua ngày
Mắt ướt buồn má em đỏ hây hây

2.
Rượu uống vừa say
Tâm sự giòn như đạn nổ
Quê ngoài em chi mà cơ khổ
Lụt lội quanh năm chừ lại giặc về
Dân trong vùng chết bấn loạn rứa thê
Ngày chạy giặc thây người như đất cục
Xác thúi, xác tươi sâu dòi lúc nhúc
Đường Trị Thiên đạn lửa đỏ ngút trời
Ruộng tiếp đồng chân chạy mỏi, mòn hơi
Mà chết chóc vẫn còn vây trước mặt
Miền đất sống còn đâu xa lăng lắc...

3.
Trên đường chạy giặc
Mẹ em trúng bom
Chết phanh thây chẳng chiếu chẳng hòm
Đầu bết tóc mắt trừng bên bờ ruộng
Mẹ em tội tình chi chết oan chết uổng
Ôm đầu người khóc giữa đạn bom rơi
Trời ác chi ác rứa hở ông Trời
Sao mẹ nỡ bỏ con giữa vùng bom đạn
Gom xác mẹ giấu bên bờ Thạch Hãn
Chạy tháo thân bu được đít xe đò

...
Bây chừ Quảng Trị đã xa
Xa luôn giòng Thạch Hãn
Và khúc sông mẹ nằm chờ mai táng...

4.
Anh lính đại đội Một-bảy-năm
Em xấu số
Mồ côi
Lưu lạc
Tâm sự nghe buồn như chợ chiều tan tác
Đời của em như quán xác xơ nghèo
Đời của anh buồn chẳng kém bao nhiêu
Quê tận mãi ở trong miền An Lộc
Từ buổi giặc về đạn bom chết chóc
Mẹ già em dại biết ra sao
Sống còn không hay giạt tấp phương nào
Có trong số xác phơi đường chạy giặc?
Anh ở đây mà gan bào ruột thắt
Lo về quê mẹ ở phương xa
Chiều hắt hiu mây un kín quê nhà

5.
Anh lính đại đội Một-bảy-năm
Em xấu số
Mồ côi
Lưu lạc
Mình gặp nhau chi để buồn man mác
Buồn loạn ly như chợ mỏn về chiều
Trong quán em nghèo chái lá xiêu xiêu...
Từ khóa: Cái chết , Lưu lạc

NHỚ NHÀ KHI ĐI HÀNH QUÂN

Nắng nhạt đường truông rừng lá đậm
Dừng quân dưới núi buổi hoàng hôn
Cây rừng lính nấu cơm xanh khói
Gió thấp luồn qua mấy trũng mòn

Ven rừng thơ thẩn đi tìm táo
Lót lòng dăm quả đợi chờ cơm
Chợt nhớ mẹ chiều xưa cố quận
Nấu cơm chái bếp khói xanh rờn
Cơm chiều thường dọn bên giàn mướp
Đầu bạc đầu xanh mâm kín hơi
Giờ cơm nón sắt bên rừng bụi
Nửa cháy nửa khê chẳng kịp mời
Ba năm làm lính mê chinh chiến
Nhớ mẹ đôi lần nhớ phớt qua
Chiều nay bỗng nhớ sao là nhớ
Một mẹ quê xa tuổi hạc già
Một mẹ ngày đi đầu nhuốm bạc
Bây giờ chắc tóc quyện màu mây
Rừng núi khuất quanh đường trở lại

Vời trông cố quận khói mây bay
Mây bay về thấp ngang rừng thấp
Gối súng nằm trên chiếu lá khô
Thương mẹ xưa lo từng chỗ ngủ
Nay sống qua đêm giữa bụi bờ
Đêm chỗ con nằm thơm lá mục
Mơ về quê mẹ ngát hương cau
Thức giấc di quân trời chửa sáng
Trăng lạnh đường truông bạc chiến hào

Nắng nhạt đường truông rừng lá đậm
Dừng quân dưới núi buổi hoàng hôn
Cây rừng lính nấu cơm xanh khói
Gió thấp luồn qua mấy trũng mòn
Ven rừng thơ thẩn đi tìm táo
Lót lòng dăm quả đợi chờ cơm
Chợt nhớ mẹ chiều xưa cố quận
Nấu cơm chái bếp khói xanh rờn
Cơm chiều thường dọn bên giàn mướp

Đầu bạc đầu xanh mâm kín hơi
Giờ cơm nón sắt bên rừng bụi
Nửa cháy nửa khê chẳng kịp mời
Ba năm làm lính mê chinh chiến
Nhớ mẹ đôi lần nhớ phớt qua
Chiều nay bỗng nhớ sao là nhớ
Một mẹ quê xa tuổi hạc già
Một mẹ ngày đi đầu nhuốm bạc
Bây giờ chắc tóc quyện màu mây
Rừng núi khuất quanh đường trở lại
Vời trông cố quận khói mây bay
Mây bay về thấp ngang rừng thấp
Gối súng nằm trên chiếu lá khô
Thương mẹ xưa lo từng chỗ ngủ
Nay sống qua đêm giữa bụi bờ
Đêm chỗ con nằm thơm lá mục
Mơ về quê mẹ ngát hương cau
Thức giấc di quân trời chửa sáng
Trăng lạnh đường truông bạc chiến hào

BÊN SÔNG MAI NỞ

Ở miền Nam, đâu chẳng biết chứ làng Đại Tài này mỗi năm tết đến, mười nhà hết chín đều chưng, chơi mai vàng. Mà chưng chơi mai tết thuộc dạng "nòi", không ai bằng nhà chị Thu. Sang cái nữa, chị chỉ toàn mua chưng chứ không vào núi chặt như mọi người, dù nhà chị vốn chẳng giàu có gì và anh Năm –chồng chị- lại rất vai u thịt bắp. Hoa kiểng trong nhà thường do đàn ông đàn ang nhưng nhà anh Năm, đặc biệt mai tết phải đích thân chị Thu đi mua, lại mua vào phiên chợ tết cuối cùng mới được.

Quê chị Thu trước ở Phú Hội, mới lấy chồng về làng chừng dăm năm trở lại đây. Chơi mai tết sau này là anh Năm lây từ chị, chứ trước kia xuân về tết đến, nhà ba má anh trên bàn thờ chỉ thấy lèo tèo dăm cây vạn thọ hoặc trường sanh. Nghe đâu ba của chị Thu trước khi vào bộ đội là một tay chặt, bán mai vào hàng chuyên nghiệp. Có khi chỉ một mùa tết với mỗi cây rựa, thu nhập của ông bằng người ta làm quần quật cả năm. Ong đã hy sinh trong một trận chiến ác liệt ở biên giới Tây-nam năm bảy chín. Mẹ chị nối nghiệp chồng, tháng Chạp năm nào cũng cùng đứa em trai vào rừng tìm chặt mai bán.

Một lần năm đó mai rừng chưa gặp, hai chị em lại gặp trái bom sét rỉ, rơi lạc từ đời tám hoánh nào. Ay là những năm thuốc nổ và sắc phế liệu rất được giá. Mừng quá, hai chị em vần chuyển, khỏ chặt sao đó, trái bom bỗng nổ tung trời! Sức nổ mạnh đến nỗi mẹ và cậu chẳng ai để lại cho chị em Thu được nấm mồ nào còn nguyên vẹn cả! Kể từ đó, chị em Thu về sống cháo rau với bà ngoại.

***

Từ mười ba âm lịch đến rằm tháng Chạp, ấy là thời điểm chặt mai tết. Tất nhiên nếu gặp năm tháng Chạp thiếu thì có thể sớm hơn một chút. Tết năm nay Thu nhớ nằm lòng như thế, và thằng Hiếu lại càng nhớ dữ hơn. Dặn lòng nhớ vì hồi đầu tháng Chạp, hai chị em đi hái củi ở bưng Cò Ke, tình cờ gặp được một gốc mai rất đẹp lại khá lớn, cỡ trái chân. Thu mải lo hái củi, Hiếu thơ thẩn tìm cò ke chín ăn, tình cờ thấy trước nên xí phần. Ai thấy trước thì đúng là của người đó rồi, của rừng mà! Nhưng với sức vóc thằng bé mười tuổi như nó không dễ gì chặt, chứ đừng nói vác về một gốc mai bự sư như vậy. Đó chưa kể còn mang xuống chợ tết bán nữa. Con nhà nòi mai như chị em nó là rành "sáu câu" chuyện đó, nên cuối cùng Hiếu phải "công ty" cho Thu một phần khoản chặt, vác về, thui gốc; Còn nó gấp hai.

Hôm nay thì hai chị em đi chặt gốc mai đó về. Luôn tiện Thu cũng làm mớ củi nhè nhẹ để Hiếu gánh cho bà chụm tết, còn cô vác cây mai. Thường đi hái củi có thằng Hiếu lần nào đến nơi cũng trưa trờ trưa trật. Nhưng hôm nay chặt mai cho nó, Hiếu siêng sái nên đi tới nơi khá sớm. Vừa đến nơi, Hiếu lật nón ngồi bệt ngay xuống bên gốc mai, tay quệt mồ hôi, tay moi moi dưới đất.

- Moi chi dưới, ông tướng ?

- Để chị chặt giùm em chỗ này –Hiếu vừa nói vừa lấy móng tay cứa một đường vào gốc mai, chỗ gần sát đất.

- Tham vừa vừa! Rồi ai vác cho nổi, hở ?

- Gốc dài bán được nhiều tiền hơn, phải hông chị Thu ?

Thu vừa đoản cành củi ra mấy khúc vừa nói mà không nhìn Hiếu:

- Chẳng phải dzậy đâu em ơi! Hể năm nào được giá là nó nhiều tiền hà. Chớ hông phải gốc dài thì nhiều đâu.

- Thôi... chị chặt chỗ này cũng được. –Thằng Hiếu tiếc rẻ nhấc móng tay khứa lên trên một tí.

Gốc mai cứng trời thần! Thu phải chặt đến sưng cả hai hổ khẩu tay mới dứt ra được. Rồi cô vừa vác vừa lôi, thi thoảng thằng Hiếu cũng vừa gánh vừa phụ kéo. Hai chị em tha thểnh cho được cây mai về đến nhà, thui gốc nữa xong, trời đã ngả về chiều. Phần lặt lá là của thằng Hiếu.

- Búp gì mà nhiều quá hơn vãi đậu! Gốc mai này liệu có bán được trăm ngàn hông, hở chị Thu ?

- Cứ hỏi hoài...!

Món tiền hứa hẹn sẽ bán được chỗ gốc mai biến em chị thành ra tỉ mẩn như một ông già, trong cái cách ngồi chồm hổm, bẻ ngược từng cánh lá. Khi cây mai đã lộ hình dáng của các cành, nó xuýt xoa:

- Phải chi ba còn sống, cây mai này chắc chặt giùm em rồi. Đằng này chị chặt, làm mất của em hết... một phần!

Nghe cái giọng đầy tham lam, tiếc rẻ của em, Thu không phật lòng, trái lại cô thấy mình cay cay ở sống mũi:

- Còn phải vác xuống chợ tết bán nữa, chớ nhiêu đó thôi sao...-Rồi cô tiếp, giọng buồn buồn: Nói vậy chớ chị chẳng giành phần em đâu. Nữa bán, chị chỉ xin tiền đủ mua cái lược mới thôi!

Sáng nay là bữa chợ tết cuối cùng. Từ khuya, vừa nhác nghe tiếng dì Tư gọi, thằng Hiếu đã đập dậy Thu, tuồng như nó suốt đêm không ngủ. Cùng dì Tư đi bán chuối tết, Thu vác mai men theo đường xe lửa xuống thị xã. Đường toàn đá củ đậu, song dì Tư lại gánh chạy vùn vụt, chẳng mấy chốc đã bỏ Thu tụt lại đằng sau. Ngữ mai này phải vác nó êm êm và nương đà mà đi, chỉ cần té một cái, những búp non tươi sẽ rụng gãy cả. Cành mai của thằng Hiếu quả là đẹp, với cành cong khúc khuỷu tự nhiên. Chẳng cần phải uốn cột chi mà trông cứ như vẽ. Dọc đường dù trời còn chưa thấy rõ lắm, nhưng ai gặp cũng khen. Mồng một tết ngày mai chắc chắn số búp hoa sẽ nở hơn quá nửa. Thằng Hiếu đã o bế nó đến đổ bệnh ra, không nở nhiều và đúng vào ngày đầu năm sao được.

Đáng lẽ Thu vác mai bán hôm qua cho "rộng chợ" nhưng bỗng dưng thằng Hiếu lên cơn sốt li bì. Bà ngoại lại điếc lác, nghểnh ngãng nên Thu chẳng tiện đi. "Em hết bệnh rồi, mai chị Thu đi bán mai giùm em đi!". Tối rồi, thằng Hiếu nói với giọng nghe chỏi hỏi thật sự. Thu cũng đồng tình:"Còn ngày mai nữa là hết chợ tết rồi, không đi bán chớ để ở nhà chưng sao!?". Rồi, như để chứng tỏ rằng mình đã hết bệnh cho Thu giúp nó. Hiếu lấy cây kẹo ra và nhem thèm với Thu. "Cho chị ăn với nờ!". Hiếu quay ngoắt đi, lột bỏ vội cây kẹo vào mồm. Thu giả bộ hờn: "Tham ăn quá rứa thì sáng mai Hiếu tự đi bán mai lấy, chị không đi đâu!". Nghe vậy Hiếu lật đật quay lại, nhả cây kẹo trong mồm ra:"Nè, em cho chị hết nè!". Thu cười nói mình chỉ đùa thôi, em ăn đi. Nhưng nghĩ đến việc bán mai, Hiếu không chịu. Cuối cùng Thu đành mỗi người một nửa cho em an lòng. Hơi sốt của Hiếu vẫn còn hâm nóng nửa cây kẹo khi sang miệng Thu. "Em dặn dì Tư rồi, khuya dì "ớ..." một tiếng là phải dậy đi bán ngay đó, nha chị Thu!"...

Thu lại dựng gốc mai, ngồi nghỉ. Chẳng phải vì mệt nhưng cái xoong đem theo để đựng nước cắm, thằng Hiếu cột sao cứ mỗi bước một đập bên hông đến là khó đi, nên cô phải dừng cột lại.

Thu đi sớm thế mà khi cô đến bờ sông thị xã, chợ bán mai cũng đã đông nghịt người. Cả một rừng mai chong lên mờ mờ trong sương sớm đầu xuân nhìn mướt mắt. Thu nhanh chóng tìm cho mình một chỗ cạnh bờ sông để tiện múc nước châm. Đoạn dựng đứng gốc mai vào cái xoong nhôm. Trời càng sáng rõ, càng thấy khúc bờ sông bạt ngàn là mai! Thu đâm chột dạ. Mai nhiều như rừng thế này, bán biết đời kiếp nào mới hết, trong khi chỉ còn hơn nửa ngày chợ nữa thôi! Mùi quần áo đẹp của dân phố chợ lẫn với vô vàn hương những cánh mai nở sớm bay lên làm thơm ngát một vùng. Tiếng bình phẩm, mặc cả cứ ong ong suốt dọc đoạn bờ sông. Lác đác có dăm người đến trước Thu đã bán được. Cô nhấc dần cây mai của thằng Hiếu ra gần lối đi hơn.

- Gốc mai này cô bán bao nhiêu ? – Hai ông bụng phệ ra dáng quyền chức chợt ghé lại săm soi những cành của gốc mai và hỏi.

- Dạ thưa... hai trăm!

- Dữ vậy, cô bé thách vừa vừa chứ. Nói lại đi!

- Dạ thưa hai chú... Gốc mai cháu đẹp tự nhiên vầy mà...

- Rồi! Trăm hai, được không ?

Mừng rơn trong bụng, Thu cũng giả bộ nài nì:

- Hai chú xem lại giùm, cây mai này vừa nhiều lại vừa đều búp...

Một trong hai khách mua bỗng bảo nhau:

- Mua giờ sao cầm, còn đi chở cả đống thùng bia nữa. Lát đã...

- Hai chú mua giùm, mai nầy sẽ nở đúng mồng một tết...

- Ừ, lát nữa chúng tôi quay lại.

Hai ông khách hẹn vậy rồi hối hả lách bụng theo dòng người. Chị bán kế bên xoay tròn cành mai của mình trong lon guy-gô và nói với Thu:

- Ừa, gốc mai của em phải bán trăm rưỡi mới đúng giá. Như cành của chị đây, chiều hôm qua họ cũng đã trả bảy mươi rồi đó.

Thu áng chừng giá trị gốc mai của thằng Hiếu cũng khoảng ấy. Tiếc rằng hai ông khách vừa rồi bận đi lấy bia. Chẳng biết mấy giờ họ mới quay lại? Nắng càng lên chợ càng mua bán ồn ào. "Rừng" mai đã vơi song lượng người đi lại vẫn không ngớt. Cả năm sáu ngày chợ tết dường như dồn lại chỉ có mỗi sáng nay. Xế là ai về nhà nấy lo cúng kính rồi. Một ông già dáng người cẩn thận, chợt ghé lại gốc mai của Thu, mắt sáng lên:

- Cành này bán bao nhiêu, hở cháu ?

- Dạ... trăm... hai. Thu khấp khởi.

- Dữ vậy cháu! Ong già sửa lại cặp kính lão: Tám chục, chịu thì ông lấy ?

- Dạ... rẻ quá vậy ông! Xin ông xem kỹ rồi trả thêm cho con. Thu vừa nói vừa dáo dác ngó mong lên dốc cầu và xuống dọc bờ sông, tìm hai ông bụng bự. "Mai này...! Thu xoay lại định nói tiếp thì ông già đã cắp kính sau mông, săm soi cành mai khác cách cô hai ba người bán rồi.

Thôi cũng được, Thu nghĩ. Bán tám mươi cho ông này rồi, lỡ hai ông bụng bự quay lại thì tiếc chết. Chẳng lẽ khi không lại mất đến bốn mươi nghìn. Một cây kẹo thằng Hiếu còn mừng nữa là! Chỉ sợ lúc hai ông bụng bự ấy đến lấy mai, sẽ không còn kịp mua bộ đồ mới và trái banh như Hiếu dặn. Chợ sắp mỏn rồi còn gì! Nắng lên lúc càng gay gắt. Nước trong xoong nhôm hắt xuống, Thu phải nhờ chị bên vịn mai giúp, để múc nước sông châm thêm.

- Thu... Thu...!

- Ủa dì Tư! Dì bán hết chuối rồi hả ?

- Hết lâu rồi, dì bận mua mấy thứ đồ, nên trưa. Chưa bán được sao con ? Có ai trả bao nhiêu chưa ?

- Dạ có, họ trả... trăm hai.

- Trời ơi... sao hông bán đi! Dì nghe nói năm nay mai "bê" lắm đó. Người ta lại gần dẹp chợ rồi!

- Trời...! Vậy mà con đâu có biết! Mấy giờ thì họ dọn chợ, hở dì Tư ? Thu hoảng hốt hỏi.

Dì Tư khoát tay, đặt vội gánh lên vai:

- Bán đi, rẻ mắc gì cũng bán đi, về cho thằng Hiếu nó mừng. Dì về trước, hổng chờ con được đâu.

Chợ càng xế càng xao xác. Gió bấc thổi lồng lên mùi lá chuối héo, mùi các loại trái cây và hoa bay ngào ngạt. Những búp xanh, cánh vàng của mai rơi vương vãi, tơi bời kín mặt lộ bờ sông. Ong óng phía dưới xa, có tiếng loa vang vang về dọn dẹp gì đó. Lúc ấy may sao, hai gã ăn mặc bảnh bao có mép râu như kiến bò bỗng tấp xe vào gốc mai của Thu.

- Gốc mai này bán bao nhiêu, cô em ?

- Dạ... dạ tám chục ngàn, hai anh mua giùm!

Gã cầm lái bĩu môi:

- Người ta dẹp chợ dưới kia rồi, mà còn... tám chục!

Thấy rồ máy xe, Thu cuống quít gọi với theo:

- Chớ bao nhiêu, anh ơi...! Giờ anh muốn bao nhiêu ???

- Dọn chợ rồi! Tên mặc áo chim cò ngồi sau cười hô hố lên: Có cho không thì anh lấy, để khỏi mất công vác về, em ơi...!

Triện xế thì giữa Thu với gốc mai thằng Hiếu đã cách nhau một giòng sông xanh biếc. Gió tết làm bụi đường tung ra từ những lát chổi của công nhân vệ sinh dọn dẹp chợ bay tít mù. Tuy vậy mấy đám bụi kia vẫn không sao che khuất được gốc mai thằng Hiếu, Thu dựng lại ở bờ sông. Anh nắng xế vàng như mật rót cuối năm nhuộm những cánh hoa vừa nở bằng thứ sắc màu vô cùng rực rỡ. Chỉ tại mình ngu, chứ bán kịp cho ông già kính lão, đã có được cho em tám mươi nghìn rồi! Tưởng dù rẻ đắt cũng bán được mai, Thu có mang theo đồng nào đâu. Cái đói của một người thức dậy từ khuya, rồi vịn cây suốt buổi chợ đã khiến cô không tài nào vác nỗi gốc mai về. Mà vác về để làm gì ? Ngồi ôm cái xoong từ bên này sông nhìn qua, gốc mai với những hoa-búp-lá-cành lao chao như chào biệt Thu trên sóng nước, cô bắt ứa nước mắt. Thu rã rời đứng lên. Thôi mai ơi, hãy đứng ở đấy mà nở cho hết giùm chị em mình một mùa xuân cút côi, lận đận...

***

Bây giờ thì năm nào cũng như năm nào, bận bịu đến mấy chị Thu cũng dành thời gian đi buổi chợ tết cuối cùng, để mua mai. Chợ tết lúc năm cùng tháng tận, mọi người thường cuống quít, bán mua như ma đuổi, nhất là tại khu mai vàng. Ở đó, riêng chị bao giờ cũng là người nhẩn nha ngắm nhìn, nhẩn nha lựa chọn, hỏi han. Cái gì bán ế, tết xong còn mót lại được, chứ mai chặt ở rừng thì... chị đã từng qua! Do vậy chị Thu thường chọn mua mai của những người bán sau cùng, và nhất là... giống như chị ngày xưa. Trong kí ức chưa ghi nhận được của mình lúc ấu thơ nghèo đói, biết đâu ngay cả đến ba Thu lại chẳng có cái tết bán mai, cuối cùng cũng lén dựng lại bờ sông rồi... lặng lẽ ra về ?!

Trong "rừng" mai ngào ngạt, xác xơ nơi chợ tết, chị Thu thường mộng du cho riêng mình với những nhớ thương về người cha và tuổi thơ của hai chị em mình như vậy./.

Y UYÊN

Y Uyên (1943- 1969)

Tên thật Nguyễn Văn Uy

Sinh năm 1943 tại làng Dục Nội, huyện Đông Anh, tỉnh Phúc Yên.

Là con cả trong gia đình có 9 người em.

Năm 1954 cùng gia đình di cư vào Nam, cư ngụ tại Hạnh Thông Tây, Gò Vấp.

Học Trung học tại các trường Trung học Nguyễn Trãi, Chu Văn An (Sài Gòn)

Tốt nghiệp trường Quốc gia Sư Phạm Sài Gòn năm 1964.

Dạy học tại Tuy Hòa, Phú Yên từ 1964-1968.

Nhập ngũ khóa 27 Trường Sĩ Quan Trừ Bị Thủ Đức, mãn khóa chuyển về đóng quân tại đồn Nora Phan Thiết, không lâu sau bỏ mình trong trận phục kích, bên dòng suối, dưới chân núi Tà Lơn ngày 8-1-1969.

CÁC TÁC PHẨM ĐÃ XUẤT BẢN:

TƯỢNG ĐÁ SƯỜN NON, tập truyện *(Thời Mới, 1966)*
BÃO KHÔ, tập truyện *(Giao Điểm, 1966)*
QUÊ NHÀ, tập truyện *(Trình Bày, 1967)*
NGỰA TÍA, truyện dài *(Giao Điểm, 1967)*
CHIẾC XƯƠNG LÁ MỤC, tập truyện *(Tân Văn, 1968)*
ĐUỐC SẬY, tập truyện *(Văn Uyển, 1969)*
CÓ LOÀI CHIM LẠ, tập truyện *(Tân Văn, 1971)*

TRUYỆN:

NIỀM VUI XA GẦN

Người đàn ông vừa chạy vừa la:

"Ngừng lại một chút, người anh em. Người ta còn đồ trên đó mà".

Chiếc xe đang ì ạch vội dừng lại giữa đường. Người tài xế thò đầu ra ngoài, ngoái cổ lại nhìn người đàn ông tất tưởi chạy tới. Đã tức sẵn, thấy bộ quần áo mới trên tấm thân vụng về của người đàn ông, bác tài tự nhiên thấy nỗi giận dữ của mình là chính đáng. Bác hỏi, giọng uy quyền:

"Quên cái gì? Lúc xuống xe sao không biết soát lại?"

Người đàn ông cố phác một nụ cười. Những nếp nhăn hai bên mép ép lại nhau, bề bộn.

"Cái... cái giỏ ni-lông".

"Lúc anh lên, đâu có giỏ ni-lông?"

"Đúng rồi, tôi như vầy, xách giỏ ni-lông làm chi. Nhưng người đàn bà vừa xuống xe với tôi, chắc chắn có cái giỏ đó. Chị ta nhờ tôi chạy theo lấy lại".

Dứt lời, người đàn ông cười hỉ hả như đã lấy được bình tĩnh. Bác tài nhổ một bãi nước bọt vào trong gió rồi quay vào lấy cái giỏ ni-lông, hờ hững đưa ra.

"Cám ơn người anh em rất nhiều".

Người đàn ông nói lớn, như reo. Những bước chân quay trở lại mang một vẻ tấp nập.

Ở mép đường dưới này, người đàn bà bế đứa nhỏ, chăm chăm nhìn cánh đồng rộng rãi trước mặt. Dường như việc lấy lại cái giỏ không khiến chị lưu tâm bằng quãng đường sắp phải vượt qua, bên cạnh chị, đứa con trai tám tuổi cũng ngẩn ngơ trước cảnh đồng không vắng vẻ. Những ngọn gió hụt hơi, thổi mơn man khắp mặt vỏ đất khô queo, không có một hứa hẹn gì đáng phấn khởi.

Nhưng người đàn ông lại tỏ ra có rất nhiều phấn khởi. Anh ta đặt cái giỏ xuống trước mặt người đàn bà, nói với một tư thế khá ồn ào:

"Giá xe đi mau hơn một chút, có lẽ mất cái giỏ. May làm sao, mấy cái loại xe "bò" trên đường này đều thuộc loại... cổ điển cả. Hà hà..."

Người đàn bà quay lại, cười gượng gạo. Đôi mép kéo dài trông tê tái một cách cũng rất gượng gạo. Dường như chị ta chỉ tự nhiên khi nói lớn và cười to.

"Cám ơn ông. Không có ông thì tôi cũng không biết tính sao..."

Người đàn ông nói:

"Đâu có chi".

Giọng người đàn ông thật gọn. Anh xăn văn khoác cái dây ra-dô lên vai rồi nhắc va-li như muốn cất bước. Nhưng chợt thấy mẹ con người đàn bà vẫn im lặng, băn khoăn, anh ngơ ngác đặt từ từ va-li xuống đất. Sau cử động này, anh như hết việc làm, lúng túng nhìn ngược, nhìn xuôi.

"Bà cũng về đường này?"

Sau một lát do dự, anh lên tiếng.

"Dạ".

"Thế thì mau bước lên một chút. Đứng đây hoài, cháu nó nực.

"Dạ".

Người đàn bà lại "Dạ" nhưng vẫn đăm chiêu. Người đàn ông có vẻ sốt ruột. Ngần ngại một lát, anh cúi xuống, một tay xách va-li của mình, một tay cái rương bọc sắt của người đàn bà.

"Để tôi đỡ cho một tay".

"Dạ phiền ông... cháu nó nhỏ quá..."

"Không sao, không sao. Nào, ta đi thôi".

Người đàn bà cúi xuống đội lại cái mũ cho thằng bé. Chị nói nửa như phân trần, nửa như khuyên con:

"Ông ngoại không cho người ra đón, may quá lại gặp ông đây giúp một tay... Thôi chịu khó mà đi. Đừng có lãng trí đạp bụi dơ hết quần áo nghe?"

Những lời mẹ nó, thằng bé chưa cho là hiệu lịnh lên đường. Nó thõng hai tay chờ mẹ tìm cách băng qua cánh đồng một cách đỡ vất vả hơn. Nhưng mẹ nó đã kéo tấm khăn lót ở chân em nó lên, bọc kín lấy em nó, áp mặt em nó vào ngực rồi bảo:

"Thôi đi đi con".

Giọng mẹ nó thật mềm mại nhưng nó hiểu không thể cưỡng được. Nó rõ điều này ngay sau khi ba nó chết, mẹ nó thu xếp các thứ để về làng ông ngoại. Trước kia, chỉ có giọng nói của ba nó nói mới thấy hàm nghĩa ra lệnh.

Nó đặt từng bước nhỏ nhoi, sát theo cái bóng đổ xuống phía sau của mẹ. Nhìn mẹ im lặng, cúi đầu bế em, lầm lũi đi, nó nhọc nhằn thấy chân vẫn phải bước, đầu vẫn phải nghĩ: "Trời sao nóng dữ tợn quá trời!"

Trong lúc đó, người đàn ông như vì nỗi sung sướng quá nhiều nhiệt tình của mình, tạm quên cái va-li và cái rương chèo kéo hai tay, để biểu lộ ít nhiều về người bạn đồng hành.

"Chắc bà về làng Sơn Thượng?" Anh ta hỏi.

"Dạ".

"Chắc bà biết anh em Ba Tính?"

"Họ ở đầu làng, tôi cuối làng. Ông quen họ?"

"Thì tôi cùng làm một xưởng với họ mà".

"Thế ra họ ra tỉnh làm ăn?"

Nghe hỏi, người đàn ông thoáng ngạc nhiên, nhìn lại người đàn bà rất mau, anh hỏi:

"Chắc bà cũng ở xa về thăm nhà?"

"Dạ".

Trước những lời cởi mở, dễ dãi của người đồng hành, người đàn bà vẫn không có vẻ hưởng ứng. Chị vẫn yên lặng bước, vơ vẩn nhìn những bờ ruộng, những cụm cây bên đường. Nhưng không vì vậy, người đàn ông chịu thối lui. Anh nói:

"Thanh niên ở làng bà đi làm ăn nhiều nhưng còn thua làng tôi. Ở các thành phố lớn cũng như ở các tỉnh lẻ, chỗ nào cũng có mặt mấy người anh em làng tôi. Không chỗ nào không có vết chân của họ".

Lần đầu tiên người đàn bà có vẻ để ý đến lời kẻ đối thoại. Chị ta bước chậm lại, đầu hơi ngẩng lên nghe ngóng.

"Sao họ đổ xô lên tỉnh nhiều vậy ông? Ngày tôi đi lấy chồng, ra khỏi làng là một điều ít người nghĩ tới. Bây giờ, ở làng chắc làm ăn khó khăn lắm?"

Người đàn ông lại cười lớn. Lần này là tiếng cười đắc ý của một người nắm chắc được nút gỡ một câu chuyện éo le.

"Không hẳn vậy đâu. Ông cha mình sống hết đời này đến đời khác ở bên luỹ tre xanh sao vẫn sung sướng? Chẳng qua bây giờ thời buổi nó đổi thay nên lòng dạ con người cũng có phần khác trước. Thanh niên trai tráng thời nay, ai cũng có... chí lớn, nên tự nhiên là họ phải tìm nơi "rộng rãi" để tung hoành. Họ phải đi để bằng anh bằng em, bằng chúng bằng bạn".

Người đàn bà cười nhẹ:

"Thế nhỡ mình ra đi mà vẫn không được "bằng anh, bằng em"?"

"Thì đừng trở về nữa. Không có tiền bạc, về đến làng, coi mọi thứ vẫn buồn như hồi mình chưa cất bước ra đi".

Người đàn ông nói thật gọn, không để ý đến khuôn mặt người đàn bà. Những điều anh nói như đã nằm sẵn trong đầu anh từ khi bỏ làng ra đi để được "bằng anh, bằng em".

"Đừng bao giờ về nữa".

Người đàn bà lặp đi lặp lại, nửa xót xa, nửa chế nhạo. Những lời chị nói tuy có thoảng đến tai người đàn ông nhưng không gợi cho anh một ý niệm. Niềm vui sẵn có nơi anh lại phát lộ cách dễ dãi và đều đặn. Tay anh tuy xách đồ nhưng vẫn có những lúc tay đưa đẩy nhịp nhàng, chân anh thay nhau đặt từng bước thật vững nhưng vẫn có lúc mau mắn, dồn dập.

Càng đi sâu vào cánh đồng, trời càng nắng, không khí càng ngột ngạt, thằng bé con, người đàn bà mấy lần đã trật mũ ra cho gió lùa vào tóc, cho thoát khoảng hơi nóng úp chùm hụp trên đầu. Trán nó rướm đầy mồ hôi và những kẽ tóc càng ngày càng mắc nhiều cát bụi. Nó nhìn chân trời, không thể tưởng tượng nổi ở bên kia cánh đồng còn có một nơi có bóng mát và nước. Mấy lần nhìn trước mặt, thấy có một vùng bóng râm nổi sẫm trên mấy thửa ruộng, nó quên mệt, chạy nhào tới. Nhưng khi nó gần xô được vào bóng mát tạm bợ đó, ánh nắng lại lừng lững loang loáng nổi lên vây bọc nó. Thấy vậy, người đàn ông vội vặn ra-dô để nó nghe cho quên lãng đường dài. Tiếng nhạc trong máy phát ra như một điệu kèn chiến thắng, chỉ làm anh ta thêm niềm vui sẵn có. Còn thằng bé và người đàn bà không hề thấy những âm thanh quá lạc lõng với cánh đồng là một điều đáng chú ý.

"Cố đi chút nữa sẽ có chỗ nghỉ chân".

Dứt lời, chị nhìn con, thấy nó nhìn lại mình. Nhưng mắt nó không hề lộ vẻ tin tưởng. Chị kiên nhẫn tiếp:

"Gắng lên con. Hết quãng đường cỏ gianh này, tới cái đầm khô ở dưới chân đồi Ông Nhớn, là tới ngôi miễu Bà Tư Quất".

Thằng bé không hiểu sao mẹ nó lại tin nó có thể hiểu được những tiếng "cỏ gianh", "đầm khô", "đồi Ông Nhớn", "miễu Bà Tư Quất". Chị ta nói thong thả và tự nhiên, coi những tiếng lạ tại đó cũng như những những tiếng "cánh cửa", "thềm nhà", "cái bàn, cái ghế".

"Ngôi miễu đó mẹ chắc vẫn còn. Bà Tư Quất thiêng lắm, ai mà dám phá Bà? Những ngày mẹ còn ở trong làng, tháng nào mẹ cũng theo ông bà ngoại ra dâng lễ ở miễu hai lần".

Nghe nói, người đàn ông phụ hoạ:

"Cách đây hai năm, tôi qua đây, ngôi miễu vẫn còn. Nghe nói Bà Tư Quất linh lắm, ai đi làm ăn xa, thửa lễ vào xin Bà, thế nào cũng khá giả".

"Ngày ông đi, ông có xin Bà phù giúp không?"

"Có chứ. Chính vì thế mà... ngày hôm nay đây..."

Người đàn bà hân hoan như muốn thay lời người đàn ông:

"Ông mới lại có dịp trở về làng?"

Rồi chị cười thật rộng:

"Có tin vẫn hơn phải không ông? không cứ gì miễu Bà Tư Quất, ông thần ở đồi Ông Nhớn cũng thiêng liêng hạng nhất. Cha tôi vẫn hay kể lại chuyện oan hồn con trâu điên ở dưới cái hầm khô, tối tối hiện lên phá hoại mùa màng hoặc biến thành quỷ không đầu nhát kẻ đi đường. Sau nhờ có ông thần, ông ấy từ phương đông lại, đấu phép với nó ba đêm liền, mới giết được nó".

Người đàn bà nói liền một mạch. Chính chị lại bị thu hút bởi câu chuyện của mình hơn là thằng bé. Chị như chợt đi lệch ra ngoài con đường làm mẹ của mình. Chị quên hẳn cái nắng đang hành hạ con; chỉ còn biết tới những vạt cỏ gianh, những đồi Ông Nhớn, những miễu Bà Tư Quất... Nếu cánh đồng chỉ là một dải đất bằng phẳng, buồn tẻ đối với người đàn ông, nó lại là nơi để người đàn bà có thể gọi tên hàng trăm thứ. Dưới con mắt chị, từ con đường mòn, đến ngôi mộ hoang, gò đất trơ trọi đều có sinh hoạt linh động. Trên cánh đồng bát ngát này, ngoài mấy người bộ hành, dường như còn vô khối những Bà Tư Quất, những ông thần, những yêu ma, quỷ dữ. Người đàn bà tự nhiên như chơi vơi trong cái sinh hoạt ồn ào tưởng tượng đó. Nỗi buồn lúc bước chân vào cánh đồng như bị các phép thần thông đánh bạt trở lại phía thị thành.

Lúc tới miễu Bà Tư Quất, mọi người đều mệt mỏi. Tuy vậy người đàn ông muốn về ngay làng hơn ngồi lại nghỉ. Anh ta đặt cái rương của người đàn bà xuống, cười với đứa bé, nói đùa:

"Từ đây về làng "chú" còn có mấy bước nữa, "chú" cố xách đỡ mẹ, nghe không? Nhưng "chú" hãy ngồi nghỉ cho đỡ mệt đã, rồi "thi hành công tác' cũng không muộn".

"Ông hãy ngồi nghỉ một lát. Trời còn sớm..."

Người đàn bà nói với người khách.

"Thôi, tôi phải quay về ngay. Lần lữa mãi, tối cũng không về tới nhà".

Thấy vẻ cương quyết của người đàn ông, người đàn bà nói:

"Lúc nào qua đây, xin mời ông ghé lại nhà tôi chơi để mẹ con tôi được tỏ chút lòng cảm ơn".

Dứt lời chị gọi thằng bé lại:

"Con khoanh tay cám ơn ông đi. Không có ông, mẹ con mình chưa chắc đã qua được cánh đồng".

Người đàn ông cười xoà, bẹo má thằng bé rồi chào mẹ con người đàn bà, lật đật bước đi. Tiếng máy thâu thanh "điệu kèn chiến thắng" át hẳn những lời chào với theo. Anh tiến mau và tưởng tượng đến những khuôn mặt đang chờ đón mình. Như một nguồn vui có hình có dạng, anh lừng lững đi vào miền quê vốn dĩ nghèo nàn của mình.

Đến một khúc quẹo, anh quay lại nhìn lần cuối mẹ con người đồng hành.

Dưới bóng mát của ngôi miễu, người đàn bà ngồi duỗi cẳng cho con bú.

"Chị ta chẳng có vẻ gì của một người làm ăn ở xa trở về".

Người đàn ông nhủ thầm. Tay anh vô tình đưa lên tắt máy ra-dô.

ƯỚC MUỐN NHỎ NHOI CỦA HÀ

Tối nay mặc dù có nhiều dấu hiệu báo trước một trận mưa lớn, Danh vẫn đến đàn ở nhà chị em cô Mùi. Thằng Tuất – em Mùi – mang ghế ra sân cho Danh ngồi, ngửng nhìn trời nói:

"Trời sắp mưa mất".

"Tối nay chắc không đàn lâu được".

Danh vừa nói vừa quay về phía cửa ra vào đếm thầm trong bụng xem có bao nhiêu đàn bà con gái ở trong nhà.

Tuất hỏi:

"Chừng nào anh đi cao nguyên?"

Danh đáp không chú ý đến lời mình:

"Phải chờ chị Mùi về mới biết".

Tuất cười tinh quái như một thói quen:

"Thế ra tối nay anh đến không phải để đàn cho em hát?"

"Không hẳn thế, tớ vừa đến vay tiền vừa hát. Mà lần này tớ sẽ đàn những bản biệt ly nổi tiếng nhất. Những bài ca ca trước khi mình đi ít ra cũng phải bày tỏ được phần nào sự lưu luyến nơi này.

"Anh mà lưu luyến nỗi gì. Anh khoái chí thì có".

"Cái đó đã hẳn. Nhưng người ta còn vuốt mắt được cho kẻ thù khi chết thì tôi dù mong sớm đi khỏi ngày nào tốt ngày ấy, vẫn buồn chút ít **khi** lên đường được chớ. Buồn chút ít cho chuyến đi của mình có duyên một chút, có mất gì đâu?»

Thằng Tuất nghe nói gật gật cái đầu, ngồi chống hai tay lên mặt ghế, hai vai nhô ra phía trước trông mỏng manh, gầy gò. Đôi chân cà khêu dang ra hai bên thành ghế, đẩy tới đẩy lui như hai cái mái chèo. Danh ngửa mặt lên hít hít chút không khí thoang thoảng hơi nước làm gợn gai ốc của da thịt. Giọng Danh đắn đo:

"Này, này cậu Tuất, cậu có thấy chị Mùi nhắc nhở đến việc gì của tớ không?"

"Không. Từ chiều tới giờ chị ấy có vẻ buồn".

"Buồn chuyện gì thế cậu?"

"Ai biết được".

Mặt Danh lộ vẻ băn khoăn. Những ngón tay bấu víu hờ hững trên dây đàn. Một lát, Danh chợt nói to:

"Tớ đệm cho cậu nhé?"

Thằng Tuất giật thẳng người lên, hai chân rơi cái "bịch" trên mặt xi măng.

"Ô-kê".

Ở trong nhà, cô đỡ tự nhiên cũng giật thẳng người lên như bị ợ. Hai tay cô vuốt tới tấp lên ngực. Cô nhăn mặt bảo Nga:

"Thằng phải gió lại sắp giở trò rồi đấy".

Nga miết một đường vài gấp trên bàn máy, cười yên lặng. Khuôn mặt nhỏ, dài như nhoà với màu mái tóc búi gọn sau lưng. Dường như mấy lời nói của mình quá trống trải. Cô đỡ quay sang phía mấy cô học may:

"Sắp kéo đi rồi mà còn đàn với địch. Rõ chướng".

Nga hỏi:

"Cậu ấy đi đâu thế?"

Cô đỡ quay lại:

"Bộ cô không rõ chuyện hắn ta sắp đi sao?"

Một cô học may chen vào:

"Ai còn lạ gì anh ấy lên cao nguyên gẩy đàn mướn ở mấy tiệm nước".

Cô đỡ quay lại:

"Ai chẳng biết thế. Nhưng có nhiều thứ cao nguyên lắm. Vậy hắn sẽ lên cao nguyên Đà Lạt, cao nguyên Ban Mê Thuột hay cao nguyên Bảo Lộc? Với lại gẩy đàn thì gẩy cho một tiệm nước chứ lại sao cho mấy tiệm?"

"Thế cô Tuyết Lan Sương trước kia dễ chỉ hát ở một phòng trà?"

"Gẩy đàn khác, hát khác, hắn ta khác, con tôi khác, sao cái cô này ví von lạ vậy?"

"Cô Tuyết Lan Sương trước kia là ca sĩ, anh Danh bây giờ cũng là ca sĩ, có khác gì nhau đâu?"

"Thôi, thôi, tôi biết cô lý sự giỏi rồi".

Cô đỡ vừa nói lại vừa quay sang phía Nga và lại thấy nụ cười yên lặng của nàng. Với vẻ bực bội, cô đứng dậy đi ra cửa sau nhìn xuống con đường sỏi ngăn nhà của khu vườn nhỏ. Ít lâu nay, cô thấy dường như chuyện gì dính đến tên Danh cũng làm cô khó chịu. Cô cũng nhớ rằng Danh vẫn thường chê bai mấy đoàn hát cải lương mà cô thuộc tên cả những đào kép phụ, những bọn lâu la chạy cờ. Cô cũng nhớ ngày Tuyết Lan Sương chưa đi lấy chồng, ngày cô tay còn tay ví tay kẹp dù theo con đến các phòng trà ca nhạc, cô đã nghe thấy một người bạn Danh ngồi ở dưới hàng khán giả hét lên khi thanh lý yểu điệu tới gần mi-crô, khẽ nghiêng đầu chào khán giả. "Nụ cười của em không tưởng quá em ôi!" Sau tiếng hét này, cô đã được nghe liền tức thì một trận cười cải cách nổi lên rung cả phòng.

Cô xuống con đường sỏi dạo những bước nhè nhẹ và thở những hơi dài từ tốn như để cơn giận nguôi dần. Chợt cô dừng lại bên hàng rào, nhìn vào trong vườn. Bên trong, một bóng người vừa ra khỏi vùng tối rậm của giàn dưa tây, đi về phía cổng vườn. Tới gốc cây bưởi, bóng đó dừng lại một lát rồi đi vòng xung quanh gốc cây như nghe ngóng, rình rập.

Cô đỡ ngạc nhiên đứng sát lại hàng rào nhìn cho rõ. Bỗng cô cười phá lên làm bóng người trong vườn giật mình, ngơ ngác.

"Tối mò mò như thế này, cô Hà vào vườn làm gì thế?"

"Vào giả làm ma đấy chị ạ".

Hà vừa đáp vừa bước ra đường.

"Sao trông cô ngơ ngẩn như người thất tình?"

"Chị chỉ nói bậy. Em đang tìm cái này".

"Cái gì thế cô?"

"Cái... này..., chị hỏi làm gì?"

Sau câu nói lúng túng, ngộ nghĩnh. Hà cười như con nít. Thấy Hà như muốn nói điều gì song ngần ngại, cô đỡ chép miệng:

"Các cô mới nhớn, cô nào cũng có vẻ khó hiểu".

Hà một tay nắm bàn tay cô đỡ, một tay vuốt trên mặt cái nhẫn:

"Khó hiểu như thế nào hả chị?"

"Cô này hỏi rõ vớ vẩn. Khó hiểu như việc cô vào vườn một mình ban đêm". Dứt lời cô cười đắc thắng: "Hết là trẻ con rồi, cô ơi".

Hà cãi:

"Vào vườn ban đêm mới càng là trẻ con".

Hà bỏ tay cô đỡ, ngước mặt lên toan giải thích. Cô đỡ vô tình quay đi. Hà len lén thở dài.

Có tiếng Mùi gắt Nga ở trong nhà, cô đỡ nói:

"Cái cô này hễ về đến nhà là ăn hiếp chị".

"Từ chiều tới giờ chị ấy hay gây gổ lắm".

Hà vừa nói vừa theo cô đỡ vào nhà. Mùi đang ngồi trước một ly nước. Cạnh nàng, Nga ngồi đọc báo.

"Tôi đã bảo chị im đi cho tôi nhờ. Dễ chị sợ hàng xóm người ta không biết chị đọc báo?"

"Trong này đọc báo, ngoài kia đàn hát, có khác gì?"

Nga nói lần chần, mặt khuất sau tờ báo.

"Chị nói ngang như vậy không sợ người ta cười cho à?"

"Ai cười hở mười cái răng".

Mọi người cười lên ồn ồn. Nga đứng dậy cầm tờ báo, lững thững vào trong giường.

Ở ngoài sân Danh chợt lắng tai nghe ngóng.

"Ở trong nhà hình như có điều gì vui lắm?" Giọng Danh vui lây.

Thằng Tuất để nguyên cái mồm há hốc vì hát dở dang nhìn Danh rồi bực tức:

"Sao kỳ vậy anh?"

"Kể cũng hơi kỳ. Lúc cô Mùi về, trông cô ấy không được vui. Sao bây giờ trong nhà lại nhộn lên thế?"

Danh băn khoăn ra mặt. Dường như không khí trong nhà lúc này liên quan mật thiết đến việc ra đi của anh. Anh nhớ một lần ngồi ở quán lão Hợp đã có những lời không được đàng hoàng cho lắm về chị em Mùi. Anh đã không ngần ngại tiết lộ với mấy người ngồi đó: Ông cụ sinh ra chị em cô Mùi trước kia vốn là một nhà nho thất bại. Sau này ông xoay theo nghề cách mạng thì bị tử nạn vì một rủi ro nghề nghiệp. Trước khi chết ông có dặn các con phải trau dồi võ nghệ để đền nợ nước, trả thù nhà. Vì vậy bây giờ cô Mùi cũng như cô Nga đều là những tay võ nghệ siêu quần. Với bàn tay ba mươi tuổi của cô Nga và bàn tay hai mươi bảy tuổi của cô Mùi, hai cô có thể bóp vỡ gạch như ta bóp bánh tráng. Hôm đó Danh hãnh diện nhiều về cách diễn tả câu chuyện của mình. Anh thấy những lời nói ấy làm mình mới hẳn lên, nhưng sau đó, tối tối xách đàn lại nhìn thấy chị em Mùi, lương tâm Danh bị âm ỉ gậm nhấm đến nỗi nhiều lúc Danh hồi hộp bâng quơ. Tới bây giờ, khi việc ra đi của Danh hầu như hoàn toàn lệ thuộc vào "bàn tay bóp gạch như ta bóp bánh tránh" của Mùi thì cái lương tâm kia lại càng hoạt động tích cực.

Giữa lúc bước đường tương lai của Danh đang cần nhằn cái việc làm dĩ vãng của Danh như vậy, Danh chợt thấy Hà từ trong nhà bước ra. Danh dừng lại nép người trong khoảng nửa sáng nửa tối giữa cửa ra vào và cửa sổ. Dường như Hà đang hướng về Danh. Danh vốn có cảm tình với Hà vì nàng không ngổ ngáo như Tuất, không có bộ mặt hiền lành nhưng soi mói của Nga, cũng không có tánh bất thường, hay gay gắt gỏng của Mùi. Danh nói:

"Cô Hà đứng như một nhà trinh sát".

Hà cười như một giọng nói vui:

"Tôi đang trinh sát anh đấy".

Vừa nói Hà vừa đi lại chỗ Danh. Trong vạt ánh sáng từ trong nhà toả ra, dáng Hà trông thật gọn, thật xinh.

Danh nghĩ thầm: "Nhà này chỉ có mình cô bé này đúng hiệu thiếu nữ".

Hà lại gần Danh tò mò ngắm Danh như ngắm một hiện tượng lạ. Danh hỏi:

"Chắc hôm nay tôi trông kỳ lắm?"

"Không, không, có gì kỳ đâu".

Hà thoáng một lát lúng túng.

"Sao cô ngó tôi kỹ thế?"

"Ngó như thế có gì là kỹ. Tính tôi vẫn cẩn thận nên nhìn hơi cẩn thận một chút".

Hà khôi hài để giấu một lỡ lầm. Chợt Hà tiếp, khiến Danh hơi ngơ ngác:

"Anh Danh sắp đi có khác, đàn lâm ly vô chừng".

Danh đáp nhũn nhặn theo thói quen:

"Cô quá khen. Trong thiên hạ thiếu gì kẻ lỗi lạc hơn tôi".

Hà cắn môi giấu một nụ cười vì Danh vừa gợi lại một không khí kiếm hiệp. Như chợt nhớ tới ý định của mình, Hà tiếp:

"Anh đi kể cũng hơi buồn".

Danh cảm động nhưng khôi hài:

"Kể cũng buồn thật. Suốt ngày suốt tháng phải sống trong cảnh chim kêu vượn hú".

Hà như chợt bắt được ý, nói như reo:

"Chim kêu có gì đáng buồn?"

Danh vô tình cười:

"Chim kêu không, chưa chắc có gì đáng buồn. Nhưng chim kêu bên tiếng vượn hú thì buồn chết người được".

"Nói vui vậy thôi, chứ trên ấy làm gì đến nỗi buồn cho lắm. Với lại sống gần cây cỏ núi rừng cũng là một cái thú. Suốt ngày được nghe chim chóc ca hót".

Hà nói vội vã, bối rối như sợ Danh chuyển sang chuyện khác. Danh bật một sợi dây đàn, cười:

"Cô này mơ mộng quá".

Nghe Danh nói, Hà im bặt.

Một lát sau, Hà quay vào nhà, Danh gọi giật lại:

"Cô Hà, cô Hà".

Hà khó chịu quay lại hỏi xẵng:

"Gì thế?"

Danh chấp chới nhấc cây đàn lên như muốn đứng dậy, giọng khẩn thiết:

"Tôi muốn nhờ cô một việc".

Hà nhìn Danh ngờ vực:

"Nhờ gì thế anh?"

"Thì cô hãy thong thả cho tôi nói đã nào".

Danh vừa nói vừa thể thọt lại gần Hà. Hà khó chịu vì vẻ đau khổ của Danh và càng khó chịu hơn khi liếc vào trong nhà, thấy chị Nga nhìn ra bằng con mắt dò xét. Danh cố cười để giảm bớt tính chất quan trọng của những lời sắp nói nhưng hai mép lại kéo sang hai bên trông có vẻ cay đắng.

Hà ái ngại đi lảng ra chỗ thằng Tuất, Danh thể thọt theo sau.

"Cô Hà, cô làm ơn cho biết cô Mùi có nhắc gì đến chuyện tôi muốn vay cô ấy ít tiền không?"

"Không?"

"Thế cô cũng không nghe cô Nga nói gì tới sao?"

"Anh vay chị Mùi thì chị Nga chị ấy nói tới làm gì".

"Thế mà tôi cứ tưởng... cứ tưởng... cô ấy cản cô Mùi không cho tôi vay".

"Cái đó tôi tôi không biết. Nhưng anh cứ yên tâm. Nếu chị Mùi có tiền, chị ấy sẽ giúp anh".

"Điều đó tôi cũng rõ. Vì vậy tôi vẫn nói cô Mùi là người duy nhất có thể giúp tôi. Nhưng sao đã mấy ngày rồi vẫn chưa thấy cô ấy đả động gì tới tôi? Có lúc tôi tưởng cô ấy quên..."

"Chuyện của anh là chuyện người lớn, chị ấy quên sao được. Chắc chị ấy kẹt hay mắc tính chuyện gì khác nên chưa trả lời anh đấy thôi".

Trước những lời thản nhiên nhưng quả quyết của Hà, Danh có vẻ tìm lại được hy vọng. Anh nhìn Hà như nhìn một người bạn thân rồi nói:

"Không nói chắc cô cũng biết: đây là dịp thuận tiện nhứt để tôi ra đi chứ đã hơn một tuần lễ tôi bị bó tay vì mấy trăm bạc".

Thấy Hà không có dấu hiệu nào tỏ ra lơ đãng, Danh tiếp:

"Tôi không còn muốn ở nhà để lâu lâu, có một người bạn về chơi, mời ra tiệm lão Hợi bao một ly sữa đá và mấy liều Ruby để mình lại trả lời "Từ ngày các cậu đi tới giờ, ở nhà chẳng có gì thay đổi quan trọng". Vậy cô làm ơn vào hỏi giùm cô Mùi xem có thể giúp được tôi không thì cho tôi biết cho đỡ nóng ruột".

"Để tôi vào hỏi chị ấy xem".

Hà nói xong, vào nhà. Còn Danh ngồi lên ghế, ngước mắt nhìn trời. Một vai anh bị lệch hẳn xuống khiến thằng Tuất tưởng cánh tay ở vai bên kia của anh sẽ giơ cao lên như một người bị sa lầy.

Thế là Hà đã không nói được với cô đỡ cũng như với Danh về con chim lạc vào vườn đêm qua. Hà muốn kêu lên cho họ nghe nỗi vui sướng của mình, "Ngoài kia có con chim lạc vào vườn" nhưng Hà đã không kêu được. Hà đã không bắt được dịp nào thuận tiện cả. Người nào cũng vô tình từ chối Hà. Hà đã tưởng có thể nói những lời đó với Danh vì Danh vốn kiểu cách, có thể nói hoặc nghe những câu văn chương, khách sáo khiến người khác phải cau mày khó chịu. Danh chắc sẽ không chế nhạo hoặc sửng sốt khi nghe Hà nói: "Ngoài kia có con chim lạc vào vườn". Nhưng sự thực đã ngược lại khiến Hà nản lòng khi nghe Danh nói: "Cô này mơ mộng quá". Hà đã toan bảo: "Đến anh là người lãng mạn đến èo ặt ra mà còn chê tôi thì thật hết đường". Hà hối hận vì đã không đạt được ý định còn bị Danh mau mắn lợi dụng một cách tự nhiên bằng cách nhờ Hà hỏi giùm món tiền vay chị Mùi. Hà bỗng dưng vướng vào một chuyện không làm Hà thích thú. Con chim lạc như đã bay ra khỏi vườn của Hà.

Hà bước vào nhà trong những bộ mặt nghiêm trang suy nghĩ của mọi người thì bật cười. Chỉ vì chị Mùi không vui mà tự dưng mọi người chịu một ảnh hưởng lớn thế, Hà tự nhiên cảm phục và thèm muốn uy quyền của chị. Dường như chỗ nào có mặt chị, chỗ đó linh động hẳn lên. Chị ưa nói chuyện "xài sang, xài cho nói biết", có lúc Hà đã ngạc nhiên vì tài khéo léo của chị. Mặc dù gia đình Hà không được dư dật cho lắm, chị vẫn biết thu vén để có một kiểu tóc mới, một hàng áo hợp thời trang... Không riêng gì Hà, nhiều người bạn gái khác cũng phục sự lịch duyệt của chị. Nó thường thấy chị có nhiều thứ để "chán" lắm. Chị "chán" uốn tóc ở tiệm của chú Ngườn vì chú thiếu nhiều kiểu thời trang ở Ba-lê, chị "chán" ăn ở tiệm X vì bọn bồi bàn thiếu sạch sẽ và lễ độ, chị "chán" thác Cam Ly, "chán" hồ Than thở vì không được tu bổ cho đẹp mắt du khách... Chị đã cố gắng và vội vã trải qua những thứ mà mọi người ham thích để rồi được thong thả nói một lời thật gọn nhưng hàm chứa nhiều hãnh diện: "Chán". Không may cho chị, có một điều mấy năm nay chị chưa thể "chán" được, đó là chuyện anh Khang. Có lẽ vì anh không phải là thứ chị có thể "xài cho nó biết" nên chị vẫn một lòng giữ nguyên sự ngưỡng mộ lúc đầu. Có chăng, chị chỉ thấy "buồn" kể từ một năm nay và nỗi buồn đó như lại có hình có dạng và chiều nay khi anh Minh gửi thư về. Hiện giờ Hà vẫn chưa được đọc lá thư đó.

Hà nhìn chị Mùi ngồi yên lặng trước mặt cô đỡ, tay cầm bao thư, không hiểu trong đó anh Minh đã nói gì về anh Khang? Hà đoán chỉ có chuyện đó có thể khiến chị Mùi quạu quọ gắt gỏng cả buổi chiều. Hà thấy cô đỡ như cũng tò mò về lá thư đó. Mắt cô thỉnh thoảng lại ngó hai bàn tay chị Mùi đặt êm ả trên bàn.

Chợt cô lấy giọng thản nhiên hỏi:

"Thư nào đấy, đọc lên nghe được không?"

Những ngón tay chị Mùi động đậy nhè nhẹ, không tỏ được dấu hiệu bằng lòng hay từ chối. Một lát như chợt nghe tiếng cô đỡ, chị ngẩng lên bàn tay bỏ rời lá thư.

"Của thằng Minh gởi về hồi chiều".

Cô đỡ cầm lên như là để đọc những chữ ngoài phong bì. Sau khi ngắm nghía tỉ mỉ bao thư vẫn thấy Mùi im lặng, cô nói:

"Chữ cậu Minh thiệt xinh, mềm như chữ con gái". Rồi cô cười lớn và nhìn vơ váo khắp mặt người trong nhà: "Thế mà tính tình cậu ấy lại cứng cỏi lạ thường. Ngày còn ở nhà, cậu ấy vẫn thường nói thuở bé cậu ghét giống mèo ra sao, lớn lên cậu khinh những người yếu đuối lãng mạn làm vậy". Vừa nói cô đỡ vừa ngó ra chỗ Danh ngồi.

Hà cười theo:

"Thế còn chị, chị ghét giống gì nhất?"

"Tôi ấy à? Tuy là đàn bà, cũng giống như cậu Minh, cũng như mọi người. Mến những việc làm can trường, xông xáo, ghét những việc làm thong thả, dễ dàng".

Như không thích kiểu nói xoi móc của cô đỡ, Mùi bảo cô:

"Lúc nào về chị nhớ mang giùm lá thư này về cho ông Nhị để mai em khỏi mất công sang báo tin cho ông ấy".

"Cậu Minh có chuyện gì với ông Nhị thế?"

"Chị đọc chắc biết. Thư này chẳng có gì quan trọng".

Nghe chị nói, Hà hơi ngạc nhiên. Lá thư này không có gì quan trọng sao chị buồn suốt cả buổi chiều? Hà vội bảo cô đỡ:

"Chị để em đọc cho".

Rồi Hà đón bao thư trên tay cô đỡ, rút ra một tờ giấy nhỏ.

"Chị Mùi,

Tháng này em không về được, chừng nào lãnh lương em sẽ gởi về ngay cho chị. Chị nói giúp với bà Hai là ngay sau khi về đơn vị, anh Sinh bị ốm nên không có thư về cho bà, bây giờ anh ấy đã khỏi, bảo bà ấy cứ an tâm. Còn về việc ông Nhị nhờ tìm giúp địa chỉ của người cháu, em đã cố gắng nhưng chưa kết quả. Dường như anh ta đã thuyên chuyển sang một đơn vị mới, cùng đơn vị với anh Khang.

Chị Mùi giục Hà gửi gấp cho em mấy cuốn sách Việt văn đã nói ở thư trước.

Em"

Hà đọc xong. Cô đỡ hỏi Mùi:

"Trong thư có thấy nói tới Khang. Khang nào thế? Có phải..."

"Chị hỏi rõ vớ vẩn".

Môi dưới cô đỡ trễ nải xệ xuống một chút vì một nụ cười nhỏ, biểu lộ một chút duyên thừa.

"Bây giờ cậu Khang ở đâu?"

"Em đâu có biết".

"Cậu đó không viết thư luôn cho cô hay sao?"

"Mười tháng nay rồi mới thấy lá thư này nhắc đến tên anh ấy. Mà nhắc cũng như không".

"Sao cô không viết thư cho cậu ta?"

"Viết làm gì hở chị?"

Cô đỡ bâng khuâng ra mặt. Hai gò má cô trông mốc và khô hơn bao giờ. Những nét nhăn gãy vụn trên cổ tự nhiên sâu lại và trở nên gần nhau hơn khi Mùi buông thõng:

"Đàn ông bây giờ!"

Cô đỡ nghĩ đến những người đàn ông phụ tình đầy rẫy trong tuồng cải lương.

"Đàn ông tự cổ chí kim vẫn hay phụ bạc, ăn ở thiếu chung thuỷ".

Sau câu tán thành, cô đỡ và Mùi cùng im lặng như suy ngẫm về sự việc "dong ngày xưa, đàn ông bây giờ".

Hà toan hỏi giúp Danh nhưng kinh nghiệm đã cho Hà biết lúc chị Mùi buồn đừng nên quấy phá, chị có thể từ chối, không cho Danh vay tiền nếu Hà bộp chộp hỏi ngay lúc này. Hà ái ngại nhìn ra ngoài sân, chỉ thấy tấm áo sơ-mi trắng của Danh và những tiếng đàn rời rạc, âm thầm. Hà không muốn buồn, Hà muốn kể cho mọi người nghe chuyện con chim lạc.

Hôm qua mưa tầm tã từ chiều đến khuya mới tạnh. Lúc Hà tỉnh dậy thấy trăng sáng vằng vặc trên con đường sỏi thì trời đã hoàn toàn êm ả. Hà trở mình xoay người vào trong toan tiếp tục giấc ngủ, chợt nghe tiếng chim hót ở ngoài vườn. Tiếng hót thong thả và mau tắt, có lúc gần như ở cây bưởi sát hàng rào, có lúc vọng từ xa xa ở cuối vườn. Đây là lần đầu tiên Hà nghe có tiếng chim hót trong đêm, lại vào một đêm xấu trời, Hà chắc đó là một con nhái quạt, một con chim hồi nhỏ Hà thường thấy cái đuôi ngoe ngoảy trong lúc nhảy nhót trên cành cây. Hà yên lặng nghe mình bắt được một niềm vui không đâu. Một niềm vui như từ xa mang lại khả nghi, giá kêu được một tiếng mừng rỡ để gọi chị Nga, chị Mùi dậy chắc sẽ vui hơn. Hà muốn nói to: "Chị ơi, có con chim lạc vào vườn", nhưng Hà biết mình vô lý.

Hà trở dậy lén lén chui ra màn, mở cửa băng qua đường sỏi vào vườn. Vào một đêm khác, chắc Hà sẽ chẳng kỳ khôi như thế và chẳng bao giờ để tiếng chim kêu quyến rũ được mình. Hà nghĩ thầm. Cây bưởi sát hàng rào lá ướt lóng lánh, cành cây đen sậm, ánh trăng soi rõ những vũng nước tràn vô lối trên cỏ tạo thành những đường sáng loáng. Hà lắng nghe có tiếng chim chuyền cành. Tuyệt nhiên không. Hà chắc con chim đã thấy mình từ trong bóng tối cành lá nên im tiếng hót hoặc đã âm thầm bay đi. Giữa lúc Hà đang phân vân, chợt một tiếng "vù" ngang đầu và một lát sau từ giàn dưa cuối vườn lại vang lên điệp khúc vui nhưng lạc lõng. Hà tự nhiên thấy mình và chim có một liên lạc bâng quơ. Tối nay Hà lại ra vườn thấy con chim lạc vẫn còn quanh quẩn trong đó, Hà bâng khuâng và lại muốn kể chuyện với mọi người.

Bầu trời tự dưng tối sầm lại. Mây đen kéo đến mịt mùng. Danh ngừng đàn kêu to:

"Mưa mất".

Thằng Tuất đứng nhỏm dậy đưa mấy điếu thuốc cho Danh:

"Còn mấy điếu, anh cầm lấy hút nốt".

Danh lật đật bước vào trong nhà từ biệt chị em Mùi. Thấy cô đỡ hấp tấp bước ra, Danh luống cuống. Cô đỡ giữ chìa khoá cổng xóm, nếu cô về, ai mở cổng cho Danh?

Thấy cô đã tới cổng, Danh vội cất tiếng gọi:

"Cô đỡ, cô đỡ".

Cô đỡ khó chịu dừng lại:

"Cái gì thế?"

Danh chạy lại gần:

"Ngày mai tôi đi sớm, chắc không đến chào cô kịp, vậy tiện đây..."

Danh ngập ngừng không biết nói sao. Biết nói sao nữa. Cô đỡ sau một lát như đắn đo:

"Tôi cũng chúc cậu đi được thuận buồm xuôi gió".

Dứt lời, cô cười thành tiếng gượng gạo. Còn Danh thì thầm:

"Cô làm ơn chờ tôi một chút cho tôi về với".

Rồi Danh bước vào cửa nói lớn:

"Mai tôi đi sớm. Tiện đây tôi xin có lời chào tất cả các cô".

Mùi cười:

"Chúng tôi cũng không biết chúc cậu thế nào khác với câu chúc của cô đỡ vừa rồi".

Danh lúng túng muốn tìm một câu nữa để nói. Cuộc chia tay hơi có vẻ cấp bách nhưng cô đỡ kêu lên ở ngoài:

"Mưa lớn rồi, cậu Danh".

Mùi giục:

"Thôi cậu về kẻo mưa".

Danh vùng quay ra nhưng vẫn nói vọng lại:

"Các cô ở nhà mạnh giỏi nhé".

Khi hai người đã ra tới ngoài đầu ngõ, Mùi vươn vai ngáp lớn:

"Thế là nhờ cái khoá mà hai người hoà nhau. Như vậy cậu Danh ra đi cũng được thêm phấn khởi".

Căn nhà trở nên yên tĩnh hơn bao giờ. Bỗng mọi người im lặng lung linh trên tường vôi. Tiếng máy khâu của chị Nga xành xạch từng chập đều đều. Mấy cô học may như muốn ngồi sát gần nhau, cắm cúi khâu. Hà buông màn ngủ.

Khi qua cửa sổ, Hà dừng lại một lát nhìn ra ngoài vườn. Một tia chớp lóe lên soi sáng những cành cây ủ rũ. Nằm trên giường, nhớ lại những việc vụn vặt xảy ra từ chập tối tới giờ, Hà thở dài âm thầm và thiếp ngủ trong sự âm thầm ấy. Khi Hà chợt tỉnh dậy vì một tiếng gọi bên tai thì căn nhà vẫn còn chong đèn, tiếng máy khâu của chị Nga vẫn chạy đều đặn. Hà lắng nghe tiếng một cô học may nói:

"Cô này chưa ngủ đã mơ".

Tiếng chị Mùi nói tiếp:

"Chắc lúc nãy nói chuyện chim chóc nên con bé nó kêu "Chị ơi, chị ơi, có con chim lạc vào vườn".

Hà nén thở xem còn ai nói gì nữa không nhưng chỉ thấy vài tiếng súng nổ vu vơ từ xa vọng lại.

NGUYỄN NHƯ MÂY

NGUYỄN NHƯ MÂY Tên thật: Nguyễn Dục. Sinh năm 1949. tại Phan Thiết,

Nguyên quán làng Gò Bồi. Quận Tuy Phước. Tỉnh Bịnh Định.

Cả tuổi thơ cũa Nguyễn Như Mây gắn bó với Phan Thiết .

THƠ:

TRĂNG TRÊN SÔNG MƯỜNG MÁN

Trên sông Mường Mán, tôi về
neo thuyền ngủ với đêm hè đầy trăng
hai bên bờ gió lang thang
rủ tôi uống chút trăng vàng rồi say
lúc sương khuya đã đầy vai
tôi và sông chẳng biết ai thầm buồn

BÓNG THU VÀNG

Tôi phiêu du mãi chưa về
biết em còn để tóc thề hay thôi
mấy năm lãng mạn quê người
đàn trên vai đã nặng đời lang thang
mấy năm làm bóng thu vàng
mãi sông núi, mãi cười vang phương trời
biết về môi có còn tươi
hát cho người cũ nghe lời du ca

mãi rồi quen thói không nhà

nửa khuya quán vắng, trăng tà đầu sông
run tay uống chén rượu hồng
ôi thôi, tôi đã uống giòng lệ tôi!

ĐÊM PHAN THIẾT

Khi đêm Phan Thiết lên đèn
Sông Mường Mán bắt đầu chìm dưới trăng
Lưới chài ai mới vừa quăng
Nghe như sóng gợn lăn tăn lòng mình
Tôi ngờ ngợ đó là Em
Áo bà ba trắng chèo thuyền đêm đêm
Phải Em thì cất tiếng lên
Cho tôi nghe với, cho mình gặp nhau
Để sông Mường Mán chiêm bao
Thả cho hai đứa trôi vào đêm trăng...

(18.10.2008)

GỞI PHƯỢNG BUỒN

biết khi mô Phượng mới hết buồn?
mắt lá răm hiu hiu nắng hạ
sông Hương thầm gửi về chiếc lá
chút hoàng hôn gờn gợn triều đi

thuyền của ai neo bến chờ ai
sao Phượng chẳng đỏ giùm ngọn lửa?
đèn chài thắp lửng lơ mái đẩy
sao Phượng còn đang khuất vầng trăng?

một hai hôm nữa để trăm năm
đường hoa phượng còn ai đi học?
gió sẽ thổi khói bồng mái tóc
tóc Phượng buồn còn thoảng hương chanh...

thôi Phượng ơi chim cứ chuyền cành
cứ áo trắng như là mây trắng
sân trường sẽ mơ vào sâu lắng
dáng Phượng ngồi năm tháng tươi ngoan

đã thu rồi Phượng hết lang thang
trăm phố cổ rêu phong mái ngói
tay chúng mình mọc thêm ká mới
để chia nhau trang vở học trò

Phượng! Phượng ơi hãy cứ ước mơ
và hãy cứ bừng thêm sắc đỏ

MẸ MIỀN TRUNG MẤT CON

Mẹ ngồi bám nóc nhà tranh
mắt không còn lệ để dành khóc con
giữa trời nước lụt mênh mông
biết nơi đâu xác của con trôi về!

Mới đêm qua mẹ còn nghe
tiếng con hát dưới bóng tre sau vườn
bây giờ đã thấy tang thương
làng trên xóm dưới không còn mái tranh

CHIẾC THUYỀN VÀ DÒNG SÔNG

Mấy hôm nay dân trong phố ngạc nhiên khi thấy cha con ông lái đò ngày nào cũng đem thuyền ra chèo ngay giữa lòng đường phố không có một giọt nước. Đò của cha con ông lão chỉ là hình vẽ một bên chiếc thuyền trông như thật. Và hai cha con ông ngồi bên trong để làm các động tác như đang thật sự chèo con đò ấy. Nhưng ai cũng thấy tuy họ chèo mãi mà con đò vẫn cứ nằm im một chỗ từ sáng đến chiều tối. Có điều đáng nói là cha con họ cứ làm như thật vậy với một vẻ ung dung, tự tại của hai con người bằng gỗ trong một hoạt cảnh sân khấu nào.

Nghe nói ngày còn thanh niên, ông lái đò là một tu sĩ phái khất thực. Sau chiến tranh, ông bỏ chùa rồi về chọn nghề lái đò này có hơn ba chục năm nay. Còn cô gái đang ngồi sau thuyền là đứa con nuôi từ khi cô chỉ là một hài nhi. Chưa bao giờ có ai nghe ông lão kể về chuyện đứa con gái nuôi ấy nhưng rồi mọi người đều giữ im lặng trước hoàn cảnh sống hiện tại còn nhiều khó khăn của ông.

Với cái đầu luôn cạo trọc đã trắng xoá vì tóc bạc và chiếc áo màu nâu, ông lái đò vẫn ung dung khua mái chèo cho thuyền lướt đi giữa một thành phố náo nhiệt và đầy khói xe. Cô gái ngồi sau giữ lái cho cha luôn nở một nụ cười mỉm chi trên môi. Vài thanh niên đẹp trai của thành phố dừng lại tò mò hỏi thăm chuyện chèo đò hoặc nói đôi lời chọc ghẹo vui vẻ với cô. Đã có người cứ theo hỏi cô về việc chèo thuyền giữa phố thay vì dưới dòng sông chảy ngang qua hai bờ phố đông. Những lúc ấy, cô chỉ nói lời mời gọi thật nhỏ nhẹ:

- Anh ơi, xuống đò với cha con em đi rồi anh sẽ thấy cuộc đời chúng ta vui thú lắm. Có em ngồi bên anh nữa nè...

Đám thanh niên cười cười rồi bỏ đi. Cô gái biết trong đầu họ nghĩ không hay ho gì về cha con mình nhưng rồi khi nghĩ tới việc chèo đò do cha mình giao cho thì cô lại hào hứng chèo tiếp đi. Đám trẻ nhỏ trên bờ như muốn chạy theo con đò để vẫy những bàn tay nhỏ xíu và xinh xắn với cô lái trẻ măng và dễ thương luôn làm cho cô cảm thấy vui vui.

Ông lái đò ngồi yên lặng trước mũi thuyền như một hình nhân dựng sẵn. Ông nhìn ngắm hai bên bờ phố xá đông vui nhưng trong đầu óc mình không đọng lại gì cả ngoài tiếng sóng nước vỗ lách tách hai bên mạn chiếc thuyền đang thong dong chở ông trôi đi nhẹ nhàng.

Khi đến một bến bờ đầy hoa lá và tiếng nói cười nhộn nhịp của đông đảo khách bộ hành, ông lái đò bắt gặp một ông nhà giàu nãy giờ ngồi trên chiếc xe hơi bóng lộn đang nhìn mình với đôi mắt không có vẻ gì thiện cảm lắm. Nhưng ông vẫn mở lời:

- Ông ơi, mời ông xuống thuyền với cha con tôi đi. Ông sẽ thấy sông nước và con thuyền này trôi bềnh bồng bềnh bồng tuyệt vời lắm ông à...

- Nhìn thấy cảnh này, thật lòng tôi cũng muốn lắm nhưng lại ngại vì chiếc xe đắt tiền của tôi không có ai trông coi. Tôi sợ mất nó lắm!

- Nếu nó bị mất thì ông mua chiếc khác, lo gì! Ông là nhà giàu mà... Nhưng tôi nhìn thấy ông có một cốt cách gì hay hay nên mới rủ ông đó ông ạ.

Cuối cùng, như bị thu hút từ một sức mạnh vô hình nào, ông nhà giàu đành bỏ xe lại trên bờ để xuống thuyền ngồi đối diện với ông lái đò. Và bất ngờ làm sao, ông thấy ông lái đò bày ra giữa khoang thuyền một chai rượu với hai cái chung nhỏ như hột mít.

- Nào, anh em ta cùng vui nha. Nếu ông anh vì thấy hạnh phúc mà quá chén, cha con tôi xin đưa về tệ xá nằm nghỉ...

Hai ông già cùng nâng ly trong ánh nắng chiều đang bắt đầu chùng xuống trên những hàng cây dọc hai bên bờ. Họ không nói với nhau một lời vì cảm giác đầu tiên trong suy nghĩ ông nhà giàu đã bắt đầu xâm chiếm lấy hết cả con người ông - một người từng trải qua bao vinh nhục, cay đắng cuộc đời mới có được sự giàu sang như ngày nay. Bây giờ ông lại được ngồi trên chiếc thuyền gỗ này, trọn tâm hồn ông sao nghe nhẹ như mây đang bay qua bầu trời mùa thu thoang thoảng mùi gió sông mát rượi thổi lên. Chung rượu trên tay ông giờ đây cũng trở thành nhẹ hều rồi tan biến mất ngay làm cho ông chẳng kịp nhìn thấy nó nữa khi ông lái đò vừa nghiêng chai tiếp thêm rượu cho ông.

Đây là lần đầu tiên ông nhà giàu không còn nghĩ gì tới chiếc xe đắt tiền của mình nữa. Ông lại chú ý tới chiếc thuyền này sao mà nó giả tạo và mong manh quá! Nó chỉ là một bức tranh vẽ trên gỗ rồi người ta ngồi vào cạnh đó với ý tưởng đây là con đò thật của một đời người là ông lái đò. Ông nhà giàu bỗng thấy mình mới vừa trong phút chốc mà tâm hồn đã bắt đầu thấy có chút thay đổi khi nghĩ lại toàn bộ gia sản mình hiện nay không còn là gì so với chiếc thuyền chỉ được vẽ ra trên tấm ván gỗ mục này. Và tới bây giờ, ông đâu biết rằng nhà của cha con ông lái đò chỉ gồm vài miếng tôn cũ còn dựng tạm ở cuối bải sông luôn đầy sóng gió của thiên nhiên mà cuộc sống của họ vẫn hạnh phúc dù có bữa đói bữa no...

Đây cũng là lần đầu tiên ông lái đò được ngồi bên một người nhà giàu nhưng đã chịu bước xuống thuyền uống rượu cùng mình. Ông nhìn thấy quang cảnh phố xá giàu sang và lộng lẫy ngàn ánh đèn lấp lánh suốt hai bên bờ in bóng trên sông chiếu trong bóng ảo ảnh cuộc đời ông đã từng thấy và biết qua cuộc sống nghèo khó và nhiều gian nan của mình. Thỉnh thoảng, khi một chiếc tàu đánh cá đi qua, tất cả những hình ảnh với bao màu sắc đẹp tươi ấy vừa mới thấy in trên sông nước đã tan biến ngay theo những gợn sóng bềnh bồng kia, nó có khác chi với sự giàu sang của con người đâu!..

Đêm xuống dần xuống dần trên sông. Ngôi sao hôm xanh ngắt hiện ra bên góc phố. Hai ông già dựa vai vào nhau say ngất. Chiếc thuyền đang bềnh bồng trôi với cô gái vẫn ung dung khua mái chèo tha thướt. Trên hai bên bờ, đèn phố sáng trưng soi xuống bóng hai con người ngồi uống rượu trông như hai pho tượng...

(Đắc- Chồng Liên Tâm- Phò. Nguyễn Như Mây. Phạm Văn Nhàn/ Phan Thiết 2014)

(PVN và Nguyễn Như Mây. Phan Thiết 2014)

NGUYỄN DƯƠNG QUANG

Nguyễn Dương Quang sinh năm sinh năm 1945 tại Dran. Đờng Nai Thương.

Từ năm 1968 đến 1975 phục vụ tại Bình Thuận/ Phan Thiết.

Mất năm 2020 tại Đà Lạt.

Thơ: Đêm Ôm Đàn uống Rượu Một Mình *(Thơ. NXB Thư Ấn Quán. Hoa Kỳ 2015).*

THƠ:

ĐÊM CUỐI NĂM VIẾT CHO MÁ

Đêm nay con ngồi một nơi rất xa má
đếm tuổi con bằng nước mắt má đong
trong đêm thoảng giọng hiền má gọi
con vừa nghe, muốn khóc, rất bâng khuâng

Ở làng này không ai đốt pháo
đêm thật buồn như bước đông đi
con còn có ít giờ hưu chiến
biết đâu chừng, thôi, nghĩ làm chi

Mấy năm nay con không có tết
hình như năm chỉ có ba mùa
con không buồn xuân chê đời lính
buồn xa má như trời mưa

Từ xa má con làm con nhiều mẹ
lúc nào cũng vui lúc nào cũng buồn
có kẻ vui luôn, người buồn mãi
mình con của má cười rưng rung

Con nghe những dòng sông kể chuyện
biển xa năm họp mặt một lần
chuyện những xác cầu, xác người chìm nổi
chuyện đồng loại như là phù vân

Hình như cây súng con lạ lắm
sao nó run lên khi đạn lên nòng
tâm hồn nó như tâm hồn con vậy
một kẻ nằm, kẻ đứng, xót xa không?

Trước mặt con: những ngọn đồi cát máu
đêm thì thầm cùng những nấm xương
ôi, trái tim con mãi tôn thờ má
đã dạy con hai tiếng yêu thương

Từ má lỏng bàn tay dìu dắt
con bơ vơ giữa cuộc phù sinh
dòng nước nào xa nguồn mà không đục?
sợ một mai con lạc dấu chân mình

Thôi, má ngủ đêm nay thật ngon giấc
con ngồi đưa chiếc võng rách quê nhà
đạn vòng cầu đừng đi trong đêm tối
lệ sẽ đầy giấc má nhớ con xa

1969

ĐÊM KÍCH DƯỚI CHÂN ĐỒI PÁ

Dù đợi người qua trên lối chết
lạ sao ta thấy rất bâng khuâng
có rất nhiều điều thật khó nói
đêm sơ giao sẽ chỉ một lần

Cỏ ơi, có thấy ai trên đồi
vẫn thường vác hận thù đi xuống?
mà sao ta thấy cỏ không vui
cỏ lạnh lùng hơn là sương mỏng

Cỏ biết không, ta không lòng thù hận
lũ chúng ta một thuở thế thôi
ngày mai cỏ sẽ thành đồng lúa
cỏ sẽ thấy người nắm tay người

Đồng lúa ơi, sao đồng lúa gầy
lúa buồn không trong mùa gặt muộn?
chim đã ngủ một trời nào khác
và gió rồi cũng chẳng thấy bay

Lúa có nghĩ rằng ngày mai sẽ khác?
súng sẽ dùng để đúc lưỡi cày
mỗi ba trăng lúa vàng tròn hạt
chim sẽ ca và gió thổi lúa say

Ta vừa nghĩ một điều rất tầm thường:
ngọn đồi này mai sẽ thành rẫy
bởi lòng người lúc nào cũng đẹp
dẫu tầm thường cũng rất mến thương.

1970

CHIỀU TRÊN RỪNG TRONG MẬT KHU LÊ HỒNG PHONG

Chiều đã đầy trên rừng cây thấp
nắng trải dài xa những đỉnh xa
ta ngồi lắc bidon vừa cạn nước
nhấp môi khô mà nghĩ một quê nhà

Kì lớp đất bám trên da mặt cháy
vết môi hôn nhuộm đỏ mặt trời chiều
Tà Dôn xa mướt như cồn ngực nhỏ
thở hoàng hôn PhanThiết nhập giờ yêu

Cây khẩu cầm mang theo ngày cầm súng
mi sol..sol mi dò fa..
ôi khúc O'Cangaceiro dồn dập
nửa đời ta một thuở không nhà

Ngồi trên cát nhai thịt dong nướng
vẫn ngon hơn Đồng Khánh với gà quay
ngu quá đổi quên mang theo xị đế
thắp cho đêm còn có chút mặt trời

Dăm tiếng nổ mon men bên triền dốc
vài ba anh du kích, mấy A.K
ta quơ súng, bỏ dong cho đàn kiến
mì sol... sol mi dò fa...

Đêm đã đầy trên rừng cây thấp
nắng ngủ đen xa những đỉnh xa
ta ngồi thở như chưa từng biết mệt
gai ô rô ơi, em thật mặn mà

Đêm đã im trên rừng cây thấp
bầy te te xa đã nhỏ giọng hò
như chàng cao bồi ngủ bên chân ngựa
Ohé! O' Cangaceiro...

NGUYỄN BẮC SƠN

Nhà thơ Nguyễn Bắc Sơn, tên thật Nguyễn Văn Hải, sinh năm 1944 tại Phan Thiết,

Mất năm 2015 tại Phan Thiết.

Xuất bản:

- Chiến Tranh Việt Nam và Tôi *(1972)*
- Ở Đời Như Một Nhà Thơ Đông Phương *(1995)*

MỘT TIẾNG ĐỒNG HỒ
TRƯỚC KHI LÊN ĐƯỜNG HÀNH QUÂN

Khi tao đi lấy khẩu phần
Mày đi mua rượu đế Nùng cho tao
Chúng mình nhậu để trừ hao
Bảy ngày sắp đến nghêu ngao trong rừng
Mùa này gió núi mưa bưng
Trong lòng thiếu rượu anh hùng nhát gan
Mùa này gió bãi mưa ngàn
Trong lòng thiếu rượu hoang mang nhớ nhà
Những thằng lính trẻ hào hoa
Lưu đày trong cõi rừng già núi xanh
Lao mình vào cuộc phân tranh
Tiếc thương xương máu sinh thành được ư.

CHIẾN TRANH VIỆT NAM VÀ TÔI

Lòng suối cạn phơi một bầy đá cuội
Rừng giáp rừng gió thổi cỏ lông măng
Đoàn quân anh đi những bóng cọp vằn
Gân mắt đỏ lạnh như tiền sắc mặt
Bốn chuyến di hành một ngày mệt ngất
Dừng quân đây nói chuyện tiếu lâm chơi
Hãy tựa gốc cây, hãy ngắm mây trời
Hãy tưởng tượng mình đang đi picnic
Kẻ thù ta ơi, các ngài du kích
Hãy tránh xa ra đừng chơi bắn nheo
Hãy tránh xa ra ta xin xí điều
Lúc này đây ta không thèm đánh giặc
Thèm uống chai bia, thèm châm điếu thuốc
Thèm ngọt ngào giọng hát em chim xanh

Kẻ thù ta ơi, những đứa xâm mình
Ăn muối đá và hăng say chiến đấu
Ta vốn hiền khô, ta là lính cậu
Đi hành quân rượu đế vẫn mang theo
Mang trong đầu những ý nghĩ trong veo
Xem chiến cuộc như tai trời ách nước
Ta bắn trúng ngươi vì ngươi bạc phước
Vì căn phần ngươi xui khiến đó thôi
Chiến tranh này cũng chỉ một trò chơi
Suy nghĩ làm gì lao tâm khổ trí
Lũ chúng ta sống một đời vô vị
Nên chọn rừng sâu núi cả đánh nhau
Chọn trời đêm làm nơi đốt hỏa châu
Những cột khói giả rồng thiêng uốn khúc
Mượn bom đạn chơi trò pháo tết
Và máu xương làm phân bón rừng hoang.

MẬT KHU LÊ HỒNG PHONG

Tướng giỏi cầm quân trăm trận thắng
Còn ngại hành quân động Thái An
Cát lún bãi mìn rừng lưới nhện
Mùa khô thiếu nước lính hoang mang

Đêm nằm ngủ võng trên đồi cát
Nghe súng rừng xa nổ cắt-cù
Chợt thấy trong lòng mình bát ngát
Nỗi buồn sương khói của mùa thu

Mai ta đụng trận ta còn sống
Về ghé sông Mao phá phách chơi
Chia sớt nỗi buồn cùng gái điếm
Đốt tiền mua vội một ngày vui

Ngày vui đời lính vô cùng ngắn
Mặt trời thoáng đã ở phương Tây
Nếu ta lỡ chết vì say rượu
Linh hồn chắc sẽ thành mây bay

Linh hồn ta sẽ thành đom đóm
Vơ vẩn trong rừng động Thái An
Miền Bắc sương mù giăng bốn quận
Che mưa giùm những đám xương tàn.

MÙA THU ĐI NGANG CÂY PHONG DU

Khi nhớ mình ta muốn ghé ta thăm
Ngôi nhà gần ngôi nhà xa vạn dặm
Con đường tình có cội nguồn sâu thẳm
Từ sinh cung của bà mẹ mênh mông
Ai xui ngôi nhà em cất bên kia sông
Khiến đời anh cứ mãi qua cầu cứ trèo lên dốc
Bầu trời quá cao phải chăng lòng mình quá thấp
Chiều mù sương vì tình yêu mù sương
Ai xui ngôi nhà em cất giữa ngã tư đường
Khiến lòng anh cứ ngập ngừng ba ngã
Con phố thân quen bất ngờ con phố lạ
Nơi hàng cây rụng tiếng tắc kè kêu
Nơi lầu cao khung cửa sổ đìu hiu
Soi thấp thoáng ngọn đèn hoa thiếu nữ
Những sợi tóc rụng trên chồng sách cũ
Vì thanh xuân theo nước lũ trường giang
Những chuyến xe đò đêm đêm băng ngang
Rớt tiếng động khơi nỗi sầu viễn xứ
Bầy chim én đã bắt đầu tư lự
Ngủ âm thầm trên những đường dây cao
Đi ngang qua, đi ngang qua
Đi ngang qua
Đi ngang qua không dừng trong đời nhau
Hẹn gặp nhau ở nhất nguyên thế giới.

LÊ TRỌNG NGHĨA

LÊ TRỌNG NGHĨA

Bút hiệu: Đinh Quý Nhưỡng

Sinh ngày 11/11/1943

Nơi sinh: Thôn Xuân An. Xã Chợ Lầu. Huyện Bắc Bình. Tỉnh Bình Thuận

Mất ngày: 24/01/2022. tại Phường Xuân An. TP Phan Thiết

ĐỢI BẠN

(Thân tặng Hoài Luân)

Uống rượu vì ai đây?
Sương thấm lạnh thân gầy
Ta còn ngồi đợi mãi
Vì bạn hẹn tối nay

Đường xa như trắc trở
Chuyện ấy thường xưa nay
Hay túi tiền vợ bạn
Không được như thường ngày

Lòng vẫn còn ấm ức
Trách bạn sao vội quên
Thương bạn thường không tiền
Nghĩ rưng rưng nước mắt

Rượu con ta cứ uống
Uống cho hết đêm tàn
Rượu vào ta chuếnh choáng
Dựa trúc ngồi mơ màng

Trăng đã lên đầu núi
Bạn ở hướng Đông Nam
Quay lưng ta nâng rượu

Uống chúc bạn bình an

Sân vắng đêm khuya khoắt
Lạnh biết choàng vai ai?
Một mình thầm da diết
Hẹn mà sao lại sai?

Mười năm dài xa cách
Bây giờ chưa được gặp
Lòng ai không nhớ ai?

Đinh quí nhưỡng
1987

LỤC BÁT KHÔNG ĐỀ 2

Tôi là tôi huyễn hoặc tôi
Mơ màng đắm đuối một thời mộng du!
Tôi lạc tôi cõi sa mù...
Nghe trong tiếng vọng lời u uẩn buồn
tôi là tôi nỗi trầm miên
Lắng trong cô quạnh cội nguồn thương đau!
Tôi mất tôi một thuở nào ?!
Dị ngôn biện ngụy nát nhàu chân tâm!
Tôi là tôi nỗi âm thầm
Tòinh ca lạc điệu, nốt trầm xót xa!
Tôi là tôi vẫn mặn mà
Với bao dấuhỏi vấn tra phận mình...
Bây giờ tròn giấc u minh
Vô ngôn tịnh mộng hư không nẽo về...

NGÔNG NGAO

(tặng Nguyễn Nghiệp Nhượng)

Ta một thuở quên đời ngông ngạo
Mãi rông chơi tới chỗ khôngcùng
Khi đã biết trời nghiên chiều xế nắng
Ta ngoảnh nhìn... Ta- chiếc bóng sau lưng

Có những lúc biết mình say quá đỗi?
Niềm cô đơn ngầmngập áp lên môi
Men bốc mặt như đường đao chém nguyệt
Lảo đảo ta nhìn nghiêng ngả trời sao.

ĐỢI BẠN

Uống rượu cùng ai đây
Sương thấm lạnh thân gầy
Ta ngồi mà đợi mãi
Vì bạn hẹn tối nay

Đường xa như trắc trở
Chuyện ấy thường xưa nay
Hay túi tiền vợ bạn
Không được như thường ngày

Lòng vẫn còn ấm ức
Trách bạn sao lại quên
Thương bạn thường không tiền
Nghĩ rưng rưng nước mắt

Rượu còn ta cứ uống
Uống cho hết đêm tàn
Rượu vào ta chếnh choáng
Dựa trúc ngồi mơ màng

Trăng đã lên đầu núi
Bạn ở hướng Đông Nam
Quay lưng ta nâng rượu
Uống chúc bạn bình an

Sân vắng đêm khuya khoắt
Lạnh biết choàng vai ai
Một mình thầm da diết
Hẹn mà sao lại sai!

Mười năm dài xa cách
Bây giờ chưa được gặp
Lòng không ai nhớ ai?

NGUYỄN NGHIỆP NHƯỢNG

Tên thật: MAI KHÚC HẢI

Sinh năm 1941 Tại Quang Bình

Thuở ấu thơ sống nhiều nơi: Đà Lạt. Nha Trang. Phan Thiết.

Và học những năm trung học ở Phan Thiết.

Bút hiệu ban đầu: Mai Sử Giương

Sau: Nguyễn Nghiệp Nhượng cho đến năm 1975.

Sau 1975 ngưng viết

Cộng tác: Sống. Văn Nghệ, Ngàn Khơi, NGhệ Thuật. Tiếng Nói. Thế kỷ 20. Văn.

Tác phẩm đã xuất bản: DẠ KHÚC *(Hồng Đức 1966)*

NHÂN VẬT *(Thư Ấn Quán. Hoa Kỳ 2005)*

Hiện ở Việt Nam.

TRUYỆN NGẮN

NHÂN VẬT

Chúng tôi không có gì để mà nói với nhau: khung cảnh như đã biến đổi, một tia ánh trăng xuyên qua cửa lớn, nơi có một dàn hoa lá đêm đen thẫm. Trăng đêm nay rất sáng, có lẽ phải rất tĩnh trời mới được như vậy. Một tay nàng mảnh dẻ đặt trên đùi, và tay khác, đúng như là một tay khác, thì trên mặt bàn với bàn tay thõng xuống mềm dịu. Một điểm óng ánh trên ngón tay của bàn tay đó. Điểm óng ánh mềm dịu.

Hình như cả hai chúng tôi đều quên bẵng mọi chuyện khi bắt đầu tới ngồi nơi cái bàn này. Những chuyện mà tôi có thể nói với nàng đều quá nhàm dù tôi chỉ mới bước chân vào ngôi nhà này không lâu. Chúng tôi nói chuyện vớ vẩn, về thành phố, về những người ở quanh đây mà tôi chẳng hề biết mặt, những căn nhà, đêm trăng sáng, nhạc, và cả những thứ mà tôi mù tịt chẳng hạn nói về những hạt ngọc bích ở đâ đâu và kim cương trên tay nàng.

Chiếc nhẫn lúc này vẫn sáng lóng lánh và có lúc tôi nghĩ nàng hơi cầu kỳ một chút. Thật ra nàng không đeo món gì khác hơn và chiếc nhẫn thì có vẻ hợp với bàn tay và thân hình óng ả của nàng. Nhưng mặc dầu với cả ngôi nhà to lớn này bên cạnh nàng, tôi vẫn không ngăn được ý nghĩ về một người đàn ông nào đó, một người đàn ông đen sạm, trong một ngày mịt mù nào đó, đến tặng nàng chiếc nhẫn rồi đi biệt tích....và đại khái, một vài thứ khác trong nhà này cũng đôi lúc cho tôi cảm tưởng tương tự. Dĩ nhiên, đây chỉ là chuyện cảm tưởng.

Anh trăng vẫn vằng vặc. Trong không khí mát lạnh, có một vài tiếng động khẽ, xa vắng. Hình như có tiếng sóng vỗ. Điều này có lẽ bởi tôi đinh ninh thế, bởi cả cái không khí bần bặt làm như lúc nào cũng bao phủ khuôn mặt và thân hình nàng. Biển, theo trí nhớ của tôi, phải ở cách đây khá xa, và tiếng sóng nếu có thì cũng gần như sự im lặng. Nhưng cũng có thể là ngọn gió nhẹ từ phía giang khẩu thổi vào đã đem tiếng sóng đi xa như vậy.

Đột nhiên, tôi nghe tiếng động khác thường. Một thứ tiếng tôi chưa từng nghe từ khi bước vào nhà này, ở đâu đó vọng tới. Cũng chính tiếng động này, nàng đổi thế ngồi một cách nhẹ nhàng chậm rãi, và nàng nói:

"Trăng sáng."

Tiếng nói của nàng không lớn và cũng không có vẻ gì là nàng định tâm phá vỡ sự im lặng đang vây bọc chúng tôi để hướng về một điều khác nào đó. Tôi im lặng một lát sau câu hỏi ngắn ngủi của nàng, rồi tôi nói, gần như là phải cố gắng để cho lớn hơn một chút:

"Trăng sáng."

Hình như một ngón tay nàng đặt trên mặt bàn có vẻ động đậy. Tôi nói tiếp:

"Em nói trăng sáng như lời than thở. Như em buồn việc gì."

"Em không buồn gì đâu anh. Trái lại nữa kia."

"Em im lặng."

"Anh cũng im lặng vậy. Mà anh không thích em ngồi im lặng sao anh?"

"Sao không. Với lại, làm sao không được. Bao lâu nay ta đã im lặng."

Có lẽ nàng hơi mỉm cười và có lẽ nàng cũng nhìn thấy tôi hơi mỉm cười như nàng. Chúng tôi lại im lặng một lúc nữa rồi nàng lại nói trước với giọng nói nhẹ như hơi thở ban nãy:

"Em có thay đổi nhiều không?"

"Tất nhiên em có thay đổi. Anh cũng thay đổi vậy. Làm sao ta không thay đổi được. Có một thời anh hay nghĩ anh thay đổi, nhưng thời đó qua rồi. Bây giờ anh không hay nghĩ như thế nữa. Việc đó đâu có quan trọng."

"Anh có buồn không?"

Tôi không trả lời. Tôi nhìn sâu vào mắt nàng. Ở đôi mắt này, như hai viên đá tròn, bao quanh là nét viền của mí mắt, tôi không thấy một điều gì khác lạ như tôi vẫn thường tưởng. Nàng có đang nhìn thấy tôi không? Chắc là có. Nhưng hình như tôi không tìm thấy bóng dáng của tôi trong mắt nàng. Tôi nói:

"Không. Anh không buồn."

"Em cũng không buồn. Em đã quen với nhiều thứ rồi. Ở trong cái nhà này, em thường ngồi một mình, nhìn ra các thứ... Nhưng em không nghĩ gì cả. Mình không có gì để nghĩ cả, anh nhỉ?"

"Phải. Không có gì cả. Cũng như khi anh đến đây...Anh có định đến đây đâu."

Nàng nhìn tôi, vẻ chờ đợi.

"Hình như anh nhìn thấy một tảng đá hay một cái gì đó quen quen, rồi anh bỏ dở đoạn đường. Anh băng ngang quốc lộ, băng ngang cánh đồng, vào thị trấn, đi lang thang..."

"Rồi anh gặp em ở đây. Anh có ngờ gặp em không?"

"Không."

"Khi anh hiện ra trong khoảng đường tối, em không nhận ra là anh. Tảng đá nào mà anh trông quen quen thế?"

"Em biết rồi đó. Chắc cũng chẳng có tảng đá nào cả đâu."

"Em cũng vậy", giọng nàng chợt có vẻ khẩn khoản, mắt nàng nhìn tôi làm như cả thân hình xô về phía trước, " ngôi nhà này anh đâu đã biết, tất cả những thứ ở đây anh đâu đã biết...Vậy mà em nhìn chúng hằng ngày, hằng đêm. Em đâu có nhớ tới anh. Nhưng mà. Anh biết rồi đó."

"Thì vậy."

"Trông anh đen quá. Anh có vẻ cao hẳn. Tóc anh hình như biến thành mầu nâu. Tay chân anh dài khẳng khiu. Anh như già đi."

Nàng cất tiếng cười trong trẻo. Tiếng cười của nàng vang dội trong ngôi nhà, trong khu vườn, trong ánh trăng lặng lẽ. Nàng ngưng cười và nói:

"Anh về đột ngột quá."

"Anh thì như ngủ mơ, em thấy không."

"Thôi cứ cho là ta có thay đổi đi, cũng chẳng sao. Phải không anh? Anh thử nhìn xem. Những cái thuyền ngoài cửa sông kia..."

Một tay nàng cất lên như bằng gỗ. Đó là cánh tay mà ngón tay có đeo chiếc nhẫn lóng lánh. Trong ánh trăng sáng đang chiếu một đường xiên vào gian phòng, cái mặt nhẫn lóng lánh như một ngôi sao trong buổi sáng sớm có gió lạnh. Tôi nhìn theo ánh sáng ấy và phải mấy giây sau tôi mới bắt đầu trông thấy lờ mờ một vài hình ảnh lô xô, hiện ra trong khung cửa lớn đầy ánh trăng. Đó là những cột buồm cao thấp không đều nhau, với những cánh buồm đã cuốn lại mắc xéo vào những cột của chúng. Những cột buồm và cánh buồm đã cuốn lại này tất cả đều mang một mầu sắc mờ nhạt, vì an1h trăng lồng lộng dưới trời không mấy như đã hòa tan tất cả những mầu sắc đặc biệt của chúng. Một đôi lúc, và tại một vài chỗ, những cột này hình như sáng lên một cách loãng nhạt, rồi từ từ biến đi như thể bị hút mất bởi một tờ giấy thấm. Đó là một cảnh sắc với âm bản hơn là được nhìn với mắt thường.

"Anh thấy những cái thuyền đậu trong bến."

Không có một ánh đèn nào, chắc thế. Và dẫu có, hẳn là chúng đã bị ánh trăng lấn át. Những cái thuyền như thể là đậu trong khoảng không, không di chuyển, không lắc lư, im lặng và thẳng cứng.

"Anh có nhìn được con sông không?"

Sông ở đâu? Tôi không hề thấy. Ánh trăng đã làm mất nhiều thứ. Tôi không hề trông thấy mặt nước đáng lẽ phải lóng lánh dưới ánh sáng. Nơi những cái thuyền đậu im lặng, tiếp giáp với cả hai phía trên dưới, là một khoảng sáng trong trẻo nhưng nhạt loãng, và hình như có những hạt sáng li ti đang thay đổi mỗi lúc với tốc độ đều đặn, giống như chỉ bay lên và không rơi xuống, theo một hướng cong cong rồi tụ lại ở cùng một phía. Phía đó là phía nào? Tôi không thể hình dung nổi. tôi nói:

"Trước mặt ta, phía bên trái là gì em?"

"Không có gì cả. Chứ anh thấy gì thế?"

"Có phải hướng đó là chỗ những cái thuyền hay hạ buồm không?"

"Chắc không phải. Chỗ đó là cửa sông."

"Anh nhìn thấy những chấm sáng bay về phía ấy. Chúng nhỏ li ti bay thẳng lên."

"Những chấm sáng ", nàng cười, " tại mắt của anh đấy. Anh có nhìn thấy núi không?"

Núi? Có lẽ những ngọn núi thấp đang ở trước mặt tôi, phía sau những cột buồm lô nhô, sau giang khẩu, bên kia eo biển. Nhưng tôi không trông thấy. Đến chỗ đó, bầu trời hình như rộng rinh và nhòe sáng. Một vật đã chìm ngập tất cả dáng vẻ của chúng trong ánh sáng đó.

"Anh không nhìn được núi. Hình như ban ngày, dẫy núi này có vệt trắng lớn, phải không em?"

"Đó là những bãi cát anh ạ,"

"Nhưng bây giờ thì anh không thấy gì. Thuyền, cột buồm, những cái buồm cuốn lại, tất cả những cái ấy đều không rõ ràng. Ngay cả mặt sông, núi, hay những thứ khác cũng biến mất. Ngay cả em nữa. Hiện giờ em cũng khó nhìn thấy. Hình như tóc em đã dài lắm rồi, phải không?"

"Dài, anh ạ. Em không hề cắt."

Vệt ánh trăng vẫn chiếu sáng lặng lẽ và xiên một đường trong gian phòng. Sau câu nói của nàng, hình như có một tiếng dội mỏng mảnh giống như tiếng rơi lăn tăn của những vật kim khí nhỏ trên mặt gương. Tôi ngồi im cho đến khi sự yên lặng trở lại như thể là chúng đã lẩn trốn. Trong khoảng im lặng cuối này, tiếng thở của nàng nhẹ và đều. Nàng hơi nhích động thân hình, rồi đưa cả hai tay đặt trên mặt bàn. Tôi nhìn hai cánh tay đó và không khỏi kêu lên:

"Em gầy ốm quá."

Nàng cười nhẹ nhàng:

"Em không gầy đâu anh. Em khỏe mạnh lắm."

"Anh khó tin được nhưng anh mong em khỏe mạnh. Tay em xanh mướt."

"Không xanh lắm đâu anh. Chắc tại em không hay đi ra ngoài. Chắc tại vậy."

"Nơi đây có vẻ mát mẻ nhưng hình như thiếu ánh mặt trời. Em phải năng ra ngoài cho khỏe người. Ở đây anh thấy lạnh quá."

"Em chịu nổi. Có lẽ tại anh không quen. Để em mời anh một ly rượu cho ấm nhá."

Nàng đứng lên. Tôi cũng đứng lên theo.

"Anh chịu phiền chờ em một chút thôi."

Và nàng nhẹ nhàng bước ra cửa giữa vùng ánh trăng tràn ngập. Hình như nàng bước xuống một hai bậc gạch gì đó rồi đi trong một lối sỏi trắng. Đêm trăng vẫn thanh tĩnh.

Khu vườn có vẻ rộng mênh mông. Nàng như thể sẽ đi mất mà không trở lại. Khi tôi thu tầm mắt về để chú mục vào lối đi của nàng, thì nàng đã không còn đâu nữa. Có một bức ở gần chỗ nàng vừa đi đến, và tôi độ chừng nàng đã vòng theo lối đó, một nơi có những cây to, tàn rậm rạp, những chậu cảnh rải rác đây đó, cả những bụi cây trồng cạnh lối sỏi nữa. Nơi xa, gần với hàng rào, có một cái cổng nhỏ bằng gỗ, loại cánh cổng đóng nẹp sắt, mở ra một vùng rộng rãi âm u hơn, được cách biệt bởi hàng rào nhưng vẫn có vẻ là sở hữu của chủ nhân ngôi nhà này. Ánh trăng chiếu tỏa trên những mô đất đá cao thấp như người sống, một và chỗ như phát ra ánh sáng.

Có một bức tường cao và dài thấp thoáng sau những lùm cây. Bức tường dài gần bằng một nửa chiều dàu khu vườn, dẫu rằng tôi cũng chẳng hề biết chắc về ranh giới của cả vùng này, và nó làm cho ngôi nhà có một sinh hoạt biệt lập. Trong ngôi nhà to lớn này còn có ai ngoài nàng không? Chắc hẳn phải có một vài ngươời nào đó, như bà con thân thích, hay một vài kẻ giúp việc. Họ ở đâu? Chắc là ở trong những căn nhà khác khuất sau phía hông mà tôi không thấy được. Vẻ im lặng mơ hồ của khu vườn làm tôi luôn luôn nghĩ đến cuộc sống biệt lập của nàng.

Gian phòng rộng quá sức so với số ít đồ đạc bầy biện và những vật trang hoàng mờ tỏ. Ánh trăng soi sáng một bức chân dung vẽ chì đen không biết là người già hay trẻ nhưng y phục trịnh trọng, có vẻ bệ vệ oai vỡ. Ánh trăng cũng soi sáng bột bàn ghế mà tôi và nàng vừa ngồi nói chuyện, soi sáng những cái dĩa treo tường, những tua kim tuyên nơi quần áo một hình nhân đeo mặt nạ tay cầm kiếm dáng dữ tợn. Tuyệt nhiên tôi không trông thấy môt cây đèn nào.

Có lẽ nàng không thích nói chuyện với tôi dưới ánh sáng của những cây đèn. Ánh trăng thay thế cho những cây đèn và mát mẻ lung linh hơn nhiều: giờ đây, vì đã quen với một số đồ vật và vị trí của chúng, tôi bắt đầu có thể nhận ra những mảng ánh sáng hơi xanh tô nhạt lên bề mặt nhiều thứ. Chẳng hạn, ánh trăng phớt nhẹ trên một nửa thân bức tượng đeo mặt nạ cầm kiếm, phớt nhẹ trên một mảng của cái tủ mầu nâu nhạt, phớt nhẹ trên một vài miếng gạch bóng, trên một vài cái dĩa có hình cây cỏ hay người, trên một vài chiếc độc bình không cắm hoa...Trên tường, bức chân dung vẽ chì đen thì không có một mảng sáng nào, nhưng lờ mờ một thứ ánh sáng khác do độ đậm nhạt của nét chì tô bóng.

Hình như trong một lúc nào đó, có một làn gió thổi tới với âm thanh như tiếng mưa. Đó chăc không phải là một cơn mưa, và trời vẫn sáng đều đặn không một chút nào thay đổi. Tuy nhiên, một thoáng sau khi cơn gió thổi đến, tôi bắt đầu nghe những tiêng côn trùng lẻ loi kêu ngoài vườn tưởng chừng chính cơn gió đã đánh thức chúng. Hình như trăng sáng hơn đôi chút. Hình như những mô đất đá cũng sáng hơn. Và lối sỏi thì lóng lánh.

Chốc nữa đây, những vật này có thể lại tối sẫm lại đôi chút, có thể chúng sẽ có những hình thù khác; nhưng giờ đây, ánh trăng vẫn vằng vặc, sáng đều đặn trong khắp khu vườn.

Hẳn cũng có nhiều vật đang chậm rãi chuyển đổi, những góc cạnh đang thay đổi, lá và cành cây có vẻ chuyển chiều, những mặt phẳng khác đang từ từ hiện ra...nhưng đêm trăng thì vẫn thanh tĩnh, tất cả những điều có thể đó cũng thanh tĩnh. Không có một chuyển dịch đột ngột và rõ rệt nào. Tất cả đều yên tĩnh, thanh tĩnh, chậm chạp, từ từ và đều đều. Nàng hiện ra trong tất cả những điều đó.

Chúng tôi im lặng đối diện trước ngưỡng cửa. Nàng đưa cho tôi một trong hai cái ly và dùng mấy ngón tay còn lại mở nút chai rượu. Khi nàng nghiêng cái chai xuống, tôi nghe rõ tiếng thủy tinh chạm vào nhau rất khẽ và chỉ một lần nhưng tay tôi dần dần chịu thêm sức nặng như thể là nàng không cầm nổi cái chai. Nàng rót đầy ly cho tôi, và rót một chút trong ly của nàng.

Tôi không đưa cao ly mời, im lặng uống. Hình như nàng cũng nhấp một chút. Tôi đỡ chai rượu trên tay nàng và đi vào ngồi nơi cái ghế ban nãy. Nàng cũng ngồi xuống cái ghế của nàng.

"Rượu có ngon không anh."

"Ngon."

Tôi rót một ly khác, ngửa cổ uống một hơi và rót một ly khác nữa. Tôi nói:

"Em cũng uống với anh một chút đi."

Nàng lặng lẽ nhấp một chút rượu trong ly của nàng.

"Khi em đi trong vườn, quả thật tóc em đã dài."

Nàng vẫn ngồi thẳng, mắt hướng về phía tôi, nhưng đôi môi bặt không một lời nào.

"Em sống trong một cái nhà quá lớn. Anh không bao giờ nghĩ em sống ở một nơi như chỗ này cả. Nếu không gặp em bất ngờ, có lẽ anh chỉ đi ngang đây như mọi cái nhà khác."

Nàng không nói gì.

"Cả hai đứa ta làm như đều không thích ồn ào. Anh bao giờ cũng vậy. Chắc em cũng vậy. Nhưng nghĩ cho cùng, ta đã im lặng quá."

Nàng nhẹ nhàng bắt chéo hai bàn tay đang đặt trên mặt bàn.

"Có những điều ta không nên nói lại nữa, anh hiểu vậy. Em có cảm thấy như thế không?"

Nàng nhẹ nhàng gật đầu và mỉm cười.

"Anh đã buồn rầu một thời gian. Nhưng bây giờ thì hết rồi. Bây giờ thì hết thật rồi."

Nàng mỉm cười.

"Thời gian thật lỳ lạ. Ta đã trải qua nhiều chuyện tưởng không thể xẩy ra được. Thường thì anh tự nói: quên đi, quên hết đi. Nhưng chắc anh không làm được điều đó."

Nàng hít thở một hơi dài và nhấp một chút rượu.

"Quá khứ. Thật là khó khăn."

Nàng hơi nghiêng ly rượu của nàng và chăm chú nhìn ly rượu ấy.

"Còn hơn thế nữa, anh nghĩ vậy. Ta nương tựa vào quá khứ quá nhiều và khá lâu. Chính ra, anh tưởng ta phải sống khác hơn."

Nàng mỉm cười.

"Nhưng lâu lâu anh lại nghĩ một cách điên khùng là ta đã sống khác hơn rồi."

Nàng vẫn nhìn cái ly, hơi nghiêng đầu và mỉm cười.

"Anh chưa hề đụng tới ngón tay của em. Ta chưa hề hôn nhau một lần. Có phải không?"

Nàng khoanh hai cánh tay của nàng mà không giữ cái ky nữa.

"Có phải ta đã yêu nhau không? Chắc là phải. Ta yêu nhau cũng giống như một chuyện không có thực. Đúng như là một chuyện tưởng tượng."

Nàng im lặng.

"Cuối cùng, anh tự nói nên tin là ta đã kết thúc từng phần một, một cách đầy đủ trọn vẹn mà ta không hay. Chắc ta không hay biết gì cả."

Nàng im lặng.

"Cũng như những cảnh trí bây giờ. Những thuyền câu, cột buồm, sông, biển, gió biển, tiếng sóng, núi, trời mây, trăng sáng, những thứ này rồi sẽ không còn nữa. Ngày mai chẳng hạn. Ngày mai chúng ta sẽ mất hết. Ngày mai ngay cả em nữa cũng thế. Anh cũng thế. Chẳng có gì."

Nàng im lặng.

"Có một thời kỳ anh hay nhớ tới một hình ảnh. Một đêm trăng sáng ở gần đâu đây. Trăng sáng quắc sau một cây dừa thấp. Lá dừa lấp loáng. Trăng vàng rực. Trời trong vắt. Cây dừa đó ở ngã tư của hai con đường nhỏ, phía sau một bức tường thấp. Chắc em không nhớ nó."

"Nay nó đã cao lắm."

"Cây dừa đó. Một cây dừa sáng loáng, lónh lánh, sáng quắc... Phải không?"

Nàng im lặng.

"Cây dừa đó không bao giờ rời khỏi tâm trí anh. Vậy mà anh cứ tưởng chỉ có anh nhớ tới."

Nàng im lặng.

"Thế nhưng bây giờ thì hết rồi. Bây giờ nó không thể sáng bằng ánh trăng đang chiếu xuống đây được."

"Vâng. Nhưng anh uống rượu đi."

"Anh không quen uống nhiều rượu. Nhưng rồi anh sẽ uống."

"Em bị say một lần tưởng chết được."

Tiếng cười của nàng đột ngột ngân vang trong trẻo.

"Em mà say rượu. Anh thử tưởng tượng xem buồn cười đến đâu."

"Đáng lẽ em không nên uống mới phải."

"Em hiểu, anh ạ. Không ai có thể xua đuổi ý nghĩ trong trí bằng thứ này được cả. Rượu chắc chỉ để uống cho khỏi lạnh."

"Cũng có đôi lúc thì khác. Như bây giờ chẳng hạn. Anh có cảm tưởng em bỏ thuốc độc trong rượu cho anh uống. Nhưng mà như vậy cũng được."

"Anh có vẻ gầy quá. Anh có bị đau thường không?"

"Không. Anh thế này có bao giờ bị đau đâu."

"Em nghĩ anh hơi yếu. Chắc anh yếu. Nét mặt anh thì không thay đổi mấy. Dù có thay đổi, em vẫn nhận ra. Nhưng má anh ít thịt hơn. Anh có cực không?"

"Không. Chưa khi nào anh cực khổ. Tại sao khi không em lại nghĩ ra được điều đó vậy? Mình thì đâu có cực khổ hay không cực khổ. Mình chỉ bị cảm nắng hay cảm lạnh. Mình không khi nào có chuyuện cực, không cực. Lúc nào mình cũng vậy. Chẳng bao giờ khác."

" m cứ đôi lúc nghĩ lẩn thẩn như vậy anh ạ."

"Em nghĩ vậy rồi em làm được gì? Ví dù anh cực khổ, rồi em an ủi anh phải không? Hay em chia gia tài cho anh?"

"Nhưng ta sống làm gì đây?"

"Ta có làm gì đâu? Anh chẳng làm gì cả. Nói cho cùng thì đúng là anh chẳng làm gì cả."

Hình như nàng hơi hơi cười. Nàng có cười không? Chắc là có. Ánh trăng vẫn vằng vặc sáng khắp khu vườn, tràn lan trên mọi vật. Hình như những cái thuyền ngoài cửa sông đang sáng hơn một chút, bầu trời cũng sáng hơn, cửa sông cũng sáng hơn... Tôi nhìn nàng và cầm chai rượu lên. Tôi uống không cần ly cho đến hết.

"Anh sẽ bị say lắm, anh ạ."

"Chắc vậy. Anh bắt đầu choáng váng."

"Anh có thấy mệt không?"

"Anh bắt đầu say say. Rượu kinh khủng quá. Nhưng chắc anh còn chịu nổi. Dù sao, lát nữa anh cũng đi khỏi đây."

"Anh đi giờ này sao?"

"Không. Nhưng cũng gần thế. Sáng mai hay buổi trưa, có lẽ họ sẽ đón anh. bây giờ anh từ biệt em luôn thể, nhé?"

"Em mong gặp lại anh."

"Chắc anh sẽ ghé thăm em. Anh say rồi đây."

"Hay anh nghỉ một chốc cho khỏe đã?"

"Không. Nếu anh nghỉ một chốc, anh ngủ quay ra đây mất. Mà em biết rõ là bao giờ anh cũng muốn được ôm em ngủ."

Nàng vẫn bất động. Tôi im lặng nhìn nàng. Hai mắt sâu đen, lãng đãng, trong ánh trăng không chớp động với viền mắt nhòa lẫn giữa bóng tối và ánh sáng. Mũi nàng. Mũi cao và thẳng, suôn sẻ, xinh xắn, với nét cong thoải mái. Miệng nàng. Môi nàng. Đôi gò má. Cái cằm. Tự dưng tôi thầm cám ơn nàng đã dành đúng giây phút này để tôi được một mình ngắm nhìn nàng. Tôi đứng dậy và gần như cùng một lúc, nàng tì tay vào mép bàn để đứng dậy. Tôi đi vòng cái bàn, phớt qua thân hình mảnh mai của nàng, thẳng ra cửa lớn, xuống thềm, vào lối sỏi, bập bềnh bước mà không rõ đang đi về hướng nào.

BUỔI CHIỀU

Gian nhà sâu, cửa sau mở ngó ra khoảng sông sánh nắng, ba phía còn lại là những nẹp gỗ đóng chéo mắt cáo gió thổi lộng, đồ đạc kê hai bên để lấy lối, mầu gỗ cũ, thỉnh thoảng một cơn gió mù bụi chạy trên mặt đường không tráng nhựa. Người đàn bà tiếp tục cái cười mỉm và Phú chăm chú ngó làn da nâu bóng của chị. Buổi trưa xế, đường không người, mùi nước sông tanh, những căn nhà phía bên kia bờ hiện ra trong cánh cửa sau, con đường ven sông cát bụi bốc lên, một người nào đó dắt chiếc xe đạp đi trong luống cát nhỏ tí, Phú nói: "Hằng cũng không có ở nhà". Người đàn bà lắc đầu vẫn dáng vẻ hiền chậm lúc trước nói không mắt nhìn lặng lẽ ra cửa vẫn với nụ cười. Ngã ba đường kế với vách ván cong khuất nơi trụ đèn điện, Phú nhìn theo không tin ở mắt mình kêu: "Thanh". "Thanh đó". Phú ngó thẳng vào mắt chị và nói vội vàng: "Chị nhắn phải không?". Người đàn bà vẫn chỉ cười. Một cánh tay trắng đưa lên trong một cử chỉ nào đó, vành nón trắng hơi nghiêng xuống sau một cơn bụi cuốn, ánh sánh trong gian nhà thẫm lại, khuôn mặt và thân hình cắt trên khung cửa im lặng giây lát rồi một giọng cười nhỏ nhưng trong trẻo kéo dài. Tiếng người đàn bà cất lên: " Ngồi đây em". Bốn mắt chạm nhau lặng lẽ, Phú tưởng chừng đồng tử thu nhỏ lại như mắt mèo, hương thơm nới rộng khoảng cách và Phú nghe thấy tiếng nói: "Nhìn gì vậy". "Đưa nón đây chị". Cái nón bị nhẹ nhàng tước khỏi hai tay và khoảng ngực, người đàn bà đứng lên, hai cánh tay bắt đầu không yên cuối cùng bắt chéo trên đùi, Phú nói và nhìn chậm rãi khắp khuôn mặt đối diện như với một hình bóng nào: "Chào em". Người đàn bà đã đi khỏi khung cửa ngang gian nhà im lặng nghe rõ những tiếng gọi nhau của đám trẻ tắm nghịch dưới bến. Phú đứng dậy kéo cái ghế tới ngồi cạnh Thanh một tay đưa ra như sắp sửa đặt lên mớ tóc đen dài để nhìn thấy cái đầu hơi nghiêng về phía sau né tránh. "Gặp anh thật bất ngờ". Phú nói không cười: "Không bất ngờ". Phú nhìn vào mắt Thanh nói tiếp: " Thanh biết là thế nào mình cũng phải gặp nhau lần này".

Đột nhiên, Phú cảm thấy một cách chắc chắn cuộc gặp gỡ đến đây là kết thúc. Buổi chiều sẽ trôi qua vĩnh viễn như các buổi chiều khác, sự nín lặng trống rỗng và không có ngôn ngữ nào thay thế được, thị trấn biến mất khỏi trí nhớ, lãng đãng như sương khói, đêm và ngày, nỗi buồn bã không ai biết, một vài dáng vẻ đứt đoạn phảng phất... giống như một thứ gì thuộc về định mạng và có lẽ cả Phú và Thanh đều cảm thấy được một thứ gì mạnh mẽ nhưng bình thản tạo ra sự ngăn cách không thể cưỡng lại hoặc làm cho tiêu tán. Phú nói: "Thanh viết cho tôi có chuyện gì không?" _ "Chị Tư không nói cho anh biết sao?" _ "Tôi muốn nghe chính Thanh nói". Người con gái đứng lên, nhẹ nhàng như một làn khói, mái tóc dài ẻo lả phất qua một bên và lặng lẽ biến mất trong khung cửa của gian nhà sau. Phú nhìn theo không phản ứng, lấy thuốc châm hút ngồi chờ đợi. Người đàn bà đi lên vẻ mặt chưa hết ngạc nhiên nhìn Phú nói: "Về bằng ghe. Cậu Phú nói nó gì vậy?". "Không có gì đâu chị Tư. Chị dọn cơm cho em ăn đi". Phú theo người đàn bà ra sau ngồi thõng chân xuống mặt nước còn xao động ngó sang bên kia bờ sông, thấp thoáng những cọc gỗ nhô cao và mặt nước lóng lánh. Người đàn bà bưng mâm cơm ra lấy bát xới đưa Phú. Phú gắp ăn một miếng cá thật lớn nói: "Em ở trong đó chủ trọ bắt ăn thịt hoài". "Về ở đây chị nuôi". Phú cắm cúi ăn cơm không trả lời cũng không nhìn ngó. No bụng, Phú đẩy mâm cơm sang một bên, với cái gáo múc nước uống mấy hớp nước lạnh rồi nằm ngay trên sàn hút thuốc. Buổi chiều sớm nắng gắt nhưng không nóng, Phú nhắm mắt hít thở mỗi khi có cơn gió thổi mạnh, nhận ra mùi nước sông và cá muối phảng phất. Người đàn bà nói: "Coi chừng lăn xuống sông đó". "Lăn cho chết luôn". Tiếng cười: "Ai biểu". "Nói vậy thôi chị ơi. chị có thấy em buồn không?". Không, chị không thể hiểu tôi. Tôi không hề buồn về chuyện vừa qua, cái chuyện mà chị tưởng còn in trong trí tôi khi nàng ra về. Chị không thể biết tôi đã nghĩ gì, chị càng không thể biết tôi cảm thấy được những gì. Và cái người vừa bỏ ra về đó, người đó cũng không thể biết nốt. Phú nói: "Về ở đây chị nuôi thật hả ?". "Chớ sao mới là thật nữa". Phú chỗi dậy vuốt tóc cười cười: " Để rồi em tính có khi em về thật cũng nên. Bây giờ em đi chơi đã". "Chiều có ghé không?". Phú đi qua mặt người đàn bà và lắc đầu.

Phú tới ngã ba lay một người xích lô đang ngồi ngủ bước lên chỉ về phía trước. Chiếc xe lăn bánh lạo xạo qua những con đường vắng ngắt rồi chuyển lên dốc, Phú dơ cánh tay ra hiệu rẽ lên cầu. Gió thổi lộng, một vài người đi xe đạp quay lại ngó Phú nhưng Phú không hề nhận ra ai. Bên kia cầu, khoảng cây lớn trong công viên giờ này có vẻ héo úa và trống trải, cái hồ nước cao ngất loang lỗ, con đường dẫn ra ga xe lửa trơ trụi những cành cây không có lá và nhà phố đóng kín cửa, Phú quay lại nói với người xích lô đạp xuống biển. Chiếc xe đưa Phú dọc theo bờ sông mát, chạy song song với dãy nhà bên kia bờ giờ này cũng vắng ngắt không ai qua lại.

Bước xuống xe trả tiền rồi Phú không biết sẽ đi đâu. Đường xá vắng vẻ chỉ có vài đưa trẻ ngịch nắng đang đuổi nhau, nhà cửa phần lớn đều đóng của, một tiệm tạp hóa nghèo nàn phần lớn là những thứ thông dụng của dân chài lưới và sách giấy tạp nhạp. Đường đi đến bờ biển còn vài trăm thước nữa nhưng Phú không thấy thích xuống biển giờ này. Phú đi vào một con hẻm toàn cát tìm mấy người bạn quen nhưng cuối cùng không có ai ở nhà, người trả lời đều là những đứa trẻ hồi trước nay đã lớn, ngó Phú với cặp mắt ngạc nhiên dò hỏi. Phú trở ra tìm một chiếc xích lô trở lại phố chợ vào quán gọi bia uống.

Phú ngồi nhắp từng ngụm thong thả cho đến khi nắng nhạt cũng không biết sẽ làm gì. Phố chợ bắt đầu đông người hơn, ngồi trong góc quán thỉnh thoảng Phú trông thấy một người từng gặp nhưng không nhận mấy. Một vài người con gái lúc trước nay hình như đã lập gia đình, đi thoáng qua con đường đầy những rác rưởi để vào chợ chiều. Lác đác có từng tốp vài ba người trẻ tuổi bước vào quán, tất cả đều thật tự nhiên và quen thuộc với chủ quán nhưng không có ai quen với Phú. Người đàn bà ngồi thu tiền bắt đầu cúi xuống cho chạy những dĩa nhạc, âm thanh phát ra chát chúa hoà lẫn tiếng bass bình bình như tiếng trống. Đến bây giờ Phú mới nhận thấy quán còn sâu hơn Phú tưởng, phía trong là một gian rộng đèn bật sáng ngăn cách bởi một tấm màn cửa bằng sợi dẻo, một vài người trẻ tuổi đang chơi billard trong đó, áo trắng quần xanh có vẻ như học trò. Phú chợt nhớ tới ông thầy già lúc trước mà Phú học toán, lúc nào đi cũng cúi đầu xuống và hút thuốc điếu cắt đôi bằng cái đót vàng. Phú muốn tới thăm người thầy cũ nhưng không nhớ rõ số nhà nữa, hình như một vài năm trước đây ông đã dọn đến ở với mấy đứa cháu ngoại. Những bạn học lúc trước của Phú nay hình như không còn ai ở lại, phần lớn đã đi lính đi làm xa, một vài người có lẽ hiện đang sống đâu đây trong một đời sống im lặng và bình thản, một vài người khác ở hẳn trên quê không trở lại phố chợ, rất có thể đã chết trong những trận lẻ tẻ đồn bót. Phú nhớ rất rõ khuôn mặt một người bạn tên Hợi, đi học bằng cái xe đạp đàn ông mầu xanh dương lúc nào cũng quần áo ta bằng vải trắng dáng điệu lù khù không bao giờ tham dự các cuộc tranh luận nhưng rất dễ đỏ mắt. Khi nghe một người bạn khác nói Hợi đã bỏ học và ở luôn trên nhà quê, Phú không ngạc nhiên. Bây giờ có lẽ Hợi đã chết và ngoài gia đình Hợi, chắc chẳng còn ai đủ thời giờ để nhớ tới Hợi nữa. Dầu sao, Phú vẫn mong ước Hợi đã không bị giết, và trong một buổi tình cờ nào đó như lúc này chẳng hạn được gặp lại nhau. Buổi tình cờ ấy khó có, có lẽ chẳng bao giờ có.

Người chủ quán mang ra cho Phú một sô đá và dùng cái kẹp gắp bỏ vào ly, dùng dằng không đi ngay khiến Phú ngạc nhiên tưởng có người nhận ra. Nhưng một giây sau, anh ta lẳng lặng quay lưng sau khi Phú hỏi lấy một chai bia nữa. Ở rạp chiếu bóng ngay ngã tư, người ta đang cột tấm quảng cáo màu sắc sặc sỡ lên hai bên hông chiếc xe ngựa sửa soạn rong đi khắp phố. Một chốc nữa đây, chiều sẽ xuống thấp hơn nữa, người ta sẽ rủ nhau đi chơi và đi ăn rồi vào rạp ngồi. Ở một nơi khác, cuộc sinh hoạt này có lẽ đã mang một vẻ buồn tẻ lạ lùng, nhưng nơi đây, với đời sống mà Phú rất gần gũi, nó trở thành môt cái gì không thể thiếu, giống như không khí và nước, không có nó thị trấn sẽ không còn là gì cả.

Phú uống một chai bia người chủ vừa mang ra rồi tới trả tiền bước ra khỏi quán. Hình như có một vài tia mắt của ai đó nhìn ngó Phú nhưng chắc không có ai quen biết. Ngang qua rạp chiếu bóng, Phú đứng ngần ngừ rồi rẽ vào con đường nhỏ tìm nhà một người bạn học khác dù Phú biết gần như chắc chắn anh ta đã đi xa. Một con chó ốm yếu nằm trước cổng thấy Phú chỉ dương mắt nhìn rồi lẳng lặng bỏ vào trong.. Phú đứng một lúc không thấy có ai liền quay trở ra đi dọc theo dãy phố buôn bán chính của thị trấn. Vẫn những cửa tiệm hồi trước nhưng chắc không có ai nhớ nổi mặt Phú, một vài tiệm sách quen thì đang có khách mua báo và những người bán hàng hình như cũng không ai nhìn ngó ra đường. Phú ghé lại một góc đường mua gói thuốc nhẩn nha đứng bóc giấy châm lửa hút. Con đường đã có nhiều người qua lại hơn lúc trưa nhưng vẫn chẳng có ai quen. Phú vừa đi vừa để ý nhìn ngó hai bên cho đến khi tới công viên. Mặt trời đã xuống thấp nhưng công viên còn chan hòa ánh nắng. Phú vào ngồi hút thuốc một mình cho đến khi chiều sẫm vẫn không bắt gặp một người quen nào. Khi rời công viên lên dốc cầu, ngó ngang vào con đường có nhà của Thanh, Phú thấy một người nào đó có lẽ rất già đang gánh một cái gánh nặng chĩu từ từ xa đi tới. Nhà Thanh, không một ai, cánh cửa rào trước hiên đóng thẳng tắp.

Phú bước lên cầu. Giòng sông đen nhánh vì con nước đang lên. Một vài chiếc thuyền chở nước xuôi từ trên về, gió thổi nhẹ nhàng và bầu trrời như dâng cao hơn một chút. Tự nhiên, tay Phú đặt lên lan can cầu và trong trí hiện ra hình ảnh của thằng em một người bạn. Tiễn đã nhảy qua cái lan can này để chìm nghỉm trong làn nước đen nhánh. Những người còn sống nói với nhau nhiều lý do về cái chết của Tiễn, nhưng Phú không tin hẳn. Rất có thể Tiễn chết không với một lý do nào cả và chính điều đó mới khiến nó đủ vui vẻ tiến lên cầu lui cui trèo qua lan can buông tay, để lại cái chết như một giấc mộng.

Phú đi hết cầu cũng không thấy một ai ngược chiều sang bên kia sông. Mấy con đường dẫn xuống biển ra ga xe lửa lên nhà thương chẳng có một người qua lại, loáng thoáng ở trong đồn binh trên bãi đất cao ngó xuống cầu, Phú trông thấy vài người lính đi lại dáng điệu chậm chạp, đàn chim bồ câu đưa thư nuôi trong cái chuồng lớn đang bay vòng vòng. Phú tránh một cái xe ngựa đang lên dốc rồi vòng sang lối đi bên kia trở qua công viên rẽ tới nhà chị Tư. Nhà đóng cửa, nhìn lỗ mắt cáo thấy tối thui, cái sạp gỗ kê ngoài lề đường sát với vách ván đã không còn ánh sáng.

(Phạm Văn Nhàn/ Nguyễn Nghiệp Nhượng cà phê vĩa hè Sài Sòn 2011)

PHAN BÁ THỤY DƯƠNG

Tên: Phan Bá Dương.

Sinh năm 1940. Tại Tuy Phong.Bình Thuận.

Bắt đầu viết từ năm 1958. Với nhiều bút hiệu: Thùy Dương. Vương Hầu. Người Áo Xanh.

Năm 1965 với tên: Phan Bá Thụy Dương.

Từ năm 1960 đến 1972 viết cho các tuần báo. Tạp chí như: Thời Nay. Gió Mới. Mai. Tiền Phong. Nhật Báo Ánh Sáng. Tự Cường. Làm tổng thư ký tòa soạn cho báo Định Mênh.

Hiện đinh cư tại Hoa Kỳ.

TÁC PHẨM:

- Gió Đi Trên Tóc *(truyện dài)*
- Những Sợi Nắng Hồng *(truyện dài)*
- Vùng Lá Thấm Sương Mù *(truyện dài)*
- Bài Tâm ca Vô Niệm *(thơ)*

GỞI TÚY

(Túy ca bè đã thả rồi
Túy hương xưa hãy cùng trôi ngược về
Vũ Hoàng Chương)

1 –
Kìa ai,
bên suối ôm ảo tượng
Mắt dã hoang vu bụi lốc huyễn hờ
Vũ trụ chết –
tầng âm thanh lắng đọng
Tay ơ hờ vuốt gió hát bâng quơ
Tâm niệm lặng,
lững lờ sương ốc đảo
Gánh càn khôn u ẩn tiếng mưa khơi
Tóc khô kiệt kết tinh mùi thủy thảo
Thoáng mờ xa từng lượn sóng rã rời
2 –
Mây xám tạc hình ẩn khách
Xiêm y loạn lửa Chân Như
Nguyệt tàn, cõi giam sấm động
Cung thương lạnh phím ngù ngờ

3 –
Rượu tàn canh –
rượu tàn canh ngập ngừng chân du mục
Réo gọi hồn phiêu lãng phách trầm luân
Tâm huyền niệm – ý lạc loài vô thức
Em –
em về chưa, sao dư ảnh chập chùng
Qua cổng nắng
soãi cánh mềm hải điểu
Cát lao lung
phủ ấp đá dung tình
Ai thảng thốt ướp thiền hoa mĩ diệu
Buông tiền thân,
xua tự ngã u minh
4 –
Thôi nhé em –
giếng hồng hoang cô tịch
Trót cạn nguồn lạch kín dấu thiên di
Đèo hun hút,
bạt ngàn –
đêm tận tuyệt
Dải sa mù khuất bóng nẻo từ ly
Sưởi hâm chi ngọn tình hương phấn cũ
Ta về đâu chiều đã mỏi cánh bay
Lỡ tha hóa như rừng sâu tróc lá
Loãng âm hao lả mộng gối vân đài.

NÓI VỚI THIỀN KHÁ

(Gởi Đỗ HồngNgọc, TrầnThiệnHiệp)

Cánh vạc nào bay trong triền nắng sớm
Tiếng hót xa xăm như tận cõi trời
Sao u trầm chất ngất khách thiền ơi
Xin nhẹ bước trên lối mòn tỉnh lặng

Rừng cô tịch có gì đâu tra vấn
Lửa Chân Như có đủ ấm linh hồn
Đất bùn nào còn ghi lại dấu chân
Tâm vô niệm đường xa gần đi mãi

Có phải người đang quay về bến đợi
Gom lá vàng gỗ mục dưới trăng trong
Về đi thôi, đêm lạnh giá mênh mông
Áo nâu mỏng sao che mưa đỡ gió

Chim thức giấc cất lời ru thanh nhã
Người phong trần qua mấy độ truân chuyên
Thấy gì chưa tự ngã với uyên nguyên
Hay ngần ngại chia xa lòng thung lũng

Từ tiềm thức dường lạc quên long trượng
Đâu đây chừng thấp thoáng ánh vô ưu
Thiền khách này, thiền khách đã về chưa
Xin trả lại cho ta quê, tình cũ.

LIÊN KHÚC VÔ THƯỜNG

tặng TrầnThiệnHiệp

1.

Đốt công án vất kinh thư khải ngộ
Theo đường trăng -
trăng khi tỏ khi lu
Tìm người hiền nơi thâm cốc âm u
Thỏng tay vào rừng giả làm ẩn sĩ
Giòng sinh mệnh
chừng nhuộm màu chướng khí
Bến nhân gian ai quán niệm vô thường
Hành trình xa ngựa đà lỏng dây cương
Trên vách núi chân dung in mờ tỏ

2.

Ném công án chôn kinh thư bất ngộ
Nương sông ngòi biển cả tới an nhiên
Nửa u hoài, nửa chợt nhớ, chợt quên
Bỗng tan tác cùng tiên thiên tự ngã
Tay huyễn hoặc đề lời thơ trên lá
Hồn xanh xao mờ mịt chốn tang bồng
Người đâu rồi,
người đâu rồi sao tịch mịch hư không
Hương dạ thảo đang chớm mùa khai nở

3.

Hủy công án buông kinh thư giác ngộ
Vào chợ đời áo mỏng phất phơ bay
Bụi khói mê man,
chênh chếch nắng gầy
Lời phố thị chập chờn như ảo giác
Ta là ai -
ta là ai sao tâm linh ngơ ngác
Người là ai -
người là ai mà sắc diện mơ hồ
Rượu độc ẩm hề chân lạc loài đưa
Mây biến dịch mưa chắt chiu giọt nhỏ.

BÓNG THỜI GIAN

biển lặng sóng nước xanh như mắt ngọc
liễu vờn bay như suối tóc người tình
cơn nắng hồng - giọt nắng mới lung linh
thuyền ai đó mái chèo khua bỡ ngỡ

ôm khổ hạnh én lần qua đất nhớ
gió về đâu
nghiêng ngả khóm phi lau
gió về đâu
mà bụi khói xôn xao
mây lờ lửng trên đỉnh trời vàng vọt

cành lá biếc
vừa đâm chồi nảy lộc
ai báo Xuân cho lau cỏ rộn ràng
nhịp trống nào xa
khoan nhặt mênh mang
nghe phảng phất bóng thời gian vời vợi.

TRẦN VẤN LỆ

Tên thật: Trần Vấn Lệ

Sinh ngày 31-05- 1942 Tại Phan Thiết. Bình Thuận

Trưởng thành và day học tại Đà Lạt

Hiện định cư tại Hoa Kỳ

ĐỌC LẠI THƠ TRẦN HUYỀN TRÂN

Xa nhau gió ít lạnh nhiều
Lửa khuya tàn chậm, mưa chiều đổ nhanh
Ôi thơ thế mới thật tình
Ôi thơ thế mới nghe mình thê lương
Có nhiều khi buồn thật buồn
Ngâm câu Lục Bát nghe hồn gió mưa
Cần chi đốt lửa đêm thừa
Chưa mai đã nhớ ngày xưa lắm rồi...
Hôm nay không nói, uổng lời
Dở trang sách cũ, thơ người của ta!

Xa nhau... mấy dặm là xa?
Gần nhau... chuông gắn cửa nhà không reo!
Người đi rồi... bụi bay theo
Cái ta hứng được: trong veo lệ trời...
Hỡi con ngựa tía lưng đồi
Thấy chưa Thu đứng nửa vời khói mây?
Ngó giùm ta hướng trời Tây
Có ai không nhỉ trên cây bưởi bòng...

Xa nhau... là núi là sông
Là Quê Hương với... quê lòng, trời ơi!
Một quê mà chẻ làm đôi
Khác chi trời chỉ một trời... muôn phương!

MÙA VÔNG PHAN THIẾT CŨ

Hè rồi... Phan Thiết đỏ hoa vông, tôi ở xa xôi nhớ quá chừng! Nhớ chỗ mình sinh, mình được lớn, một thời thơ dại vượt con sông. Con sông đầy xác hoa vông rụng quấn quyện chân cầu không muốn trôi... Mà biết bao nhiêu người bỏ xứ, đi đâu? Có thể cuối chân trời! Phan Thiết của tôi và của bạn, sáng nay ai nói rất buồn hiu. Tôi ngồi với bạn bên hè phố, khuấy cốc cà phê tưởng thấy chiều! Chút khói chiều vương vương hoa vông. Phan Thiết khi không nhớ não nùng. Xe ngựa cọc cà đi cọc cạch, bạn buồn khuấy mãi muỗng coong coong... Đó, hồi Phan Thiết còn xe ngựa, con ngựa đôi khi hí giữa đường. Giờ, giữa đường đây, trời đất khách. Thuốc tàn mấy điếu khói vương vương...

Bạn tôi vừa ném quăng tàn thuốc. Tôi bật diêm mồi điếu của tôi. Thời tiết tàn Xuân nghe bức bức, vung tay tưởng chạm tấm lưng trời...

Hè rồi... Phan Thiết Hè không muộn, chỉ muộn màng tôi nếu trở về: mồ mả Tổ Tiên dời mấy bận, cháu con tản lạc nén nhang khuya! Bây giờ mà gục bên hè phố, ai đỡ giùm ai cái xác tù? Bạn đứng dậy đi, tôi cũng bước, từ nay Phan Thiết nhớ thiên thu! Từ nay hỡi nhánh hoa vông cũ, có nhớ gì ai Phan Thiết xưa? Một chặng thời gian không cắm mốc, tình Quê Hương lấy thước nào đo?

Tình Quê Hương hỡi Cha và Mẹ, con lỡ làng như hoa vông rơi...

CHAO ÔI ĐÀ LẠT KHÔNG CÒN NẮNG

Chao ôi Đà Lạt không còn nắng
Mưa nửa chừng mai, nửa xế chiều
Đêm tối nằm nghe mưa rả rích
Mai, bình minh, dậy, mặt trời ơi!

Mấy bữa em về, Đà Lạt buồn
Hoa quỳ không thấy nữa đầu non
Sâu, xa, thung lũng xanh dòng nước
Nước chảy về đâu, thương, nhớ, thương...

Mấy bữa em về chim mất biệt
Mái nhà sáng dậy nước lanh canh
Là mưa hồi tối qua còn đọng
Là nắng không còn, nắng giống anh!

Đà Lạt ngày xưa kỷ niệm còn
Là cây trụ điện đứng cô đơn
Chỗ ni ai đã từng hiu hắt
Nhớ tóc thề ai trong khói sương?

Đà Lạt em về mấy bữa thôi
Lại đi như bữa bước theo người
Lòng riêng cái tuổi trăng mười bảy
Thả nụ hoa đào cho nước trôi...

Em nhớ mà về, nhớ lại xa
Nhớ con đường cũ, nhớ ngôi nhà
Đường xưa như rộng ra thành biển
Nhà cũ mất rồi những khóm hoa...

Nằm khách sạn nghe mưa rả rich
Ai lau giùm nhỉ lệ em đây?
Anh ơi người Lính đi biền biệt
Đà Lạt theo anh bước đọa đày...

30 THÁNG 4 NĂM 1975

Đó, ngày chớm Hạ tàn Xuân
Người đau vô tận, kẻ mừng vô biên
Buồn, Vui, không phải nhân duyên
Hợp, Tan, nặng một gánh phiền đong đưa...
Tú Xương có một bài thơ
Nói con sông lấp không ngờ mà hay:

"Đêm nghe tiếng ếch bên tai
Giật mình cứ ngỡ tiếng ai gọi đò!"
Tiếng ai, nào tiếng ai mô!
Tiếng giọt mưa rớt trên bờ biển dâu...
Mẹ Cha già vượt rừng sâu
Tìm con mất tích lạ màu cờ bay!
Tìm được cái chân, cái tay
Cầm lên khóc ngất, con ai cũng mình...
Thì ra đó cũng cái Tình
Dựng nên Đất Nước cái hình Việt Nam!

*

Một ngày chớm Hạ tàn Xuân
Chớm vui, lửa tắt; mới mừng, mưa sa...
Nhủ lòng: Tất cả xưa, xa
Sao Nam với Bắc cứ là hai phương?
Khuấy ly đá lạnh mà buồn"
Mặt trời trong đó khéo còn chút trăng...
Người về cái bóng đi ngang
Con trăng dẫu khuyết ánh vàng vẫn xưa...
Nhớ ai lắm, nhớ con đò
Nhớ hoa đào rụng trên bờ vai ai!
Hai chân mấy vạn đường dài
Em ơi Non Nước vẫn ngoài chân mây!

MỘT GIỜ CHAY TỊNH

Ngồi quán cà phê hơn một giờ / mà trời chưa ngớt một cơn mưa / chỉ lòng đã tạnh bao phiền muộn / nhìn thấy đời ai cũng giả lơ!

Ngồi quán cà phê uống một mình. Cà phê đá lạnh bốc hơi lên. Nghĩ đời sương khói, mình sương khói. Thôi chẳng có gì nhớ, hãy quên!

Ngồi quán cà phê, hiên gió, gió / và mưa có tạt, biết là mưa. Được châm điếu thuốc không ai trách, chẳng tiếc chi mình mất mấy đô!

Ngồi quán cà phê, không có bạn, có mưa và nghĩ đến người ta. Một giờ, hơn nữa, bao nhiêu đó, sao chuyện nhân tình chỉ thoáng qua?

Một thoáng qua ôi một thoáng buồn. Cốc cà phê cạn, khói còn vương, mùi thơm còn bốc lên con mắt, cón chút nồng nàn, chắc sẽ tan?

Đứng dậy, tay gom tàn thuốc tắt, bỏ vào thùng rác, bỏ gì thêm? Hỏi chi mà ác, lòng ai xé, thôi bỏ thêm vào nhé trái tim!

TẾT ĐƠN DƯƠNG

Xe đậu trước nhà. Hai cánh cổng
Ba kìa, Ba đó, Mạ kìa, kia!
Cháu ôm cứng ngắt Ông Bà Ngoại
Ôi Tết! Ông Bà mắt đỏ hoe...

Cha mẹ đã già, mong cháu con
Đứa ra tận Huế, đứa Sài Gòn
Đìu hiu năm tháng ngôi nhà cổ
Mái rạ buồn hiu mấy nắng sương!

Em ở Sài Gòn, về Tết sớm
Mạ chờ Ba đợi... vẫn nôn nao
Cầm tay Ba Mạ thương chi lạ
Em đẹp như xưa, má ửng đào!

Hai đứa cháu không rời bước Ngoại
Chỉ mây trên núi, bụi bên đường
Nói quê mình đẹp, hoa quỳ nở
Chúng nói gì nghe cũng muốn hôn!

Em nói gì, anh nghe cũng nhớ...
Quê nhà xa quá, nhớ càng xa
Nghe phone em kể về chơi Tết
Tưởng tượng mùa Xuân trước cổng nhà!

Em ở Dran lên Ngoạn Mục
Nhìn giùm anh với mây Cà Beu
Nhìn giùm anh với trăng Tùng Nghĩa
Hái hộ giùm anh mấy ý thơ!

Em có thăm ai bên Filnôm
Hãy đi xe ngựa để nghe giòn
Giòn tan những tiếng chào năm mới
Có tiếng anh chào thăm Cố Hương!

Em nói gì, anh nghe cũng nhớ
Nhắc cho anh nhớ nhé hoa quỳ
Nhắc cho anh nhớ hồi xưa lắm
Anh gặp em, mừng, không bước đi...

Em ơi anh nhớ hai cây đào
Trước ngõ nhà em, hoa lao xao...
Quỳ chen nhánh nở bên bờ giậu
Em, áo vàng phơi... nhớ biết bao!

CHU TRẦM NGUYÊN MINH

Nhà thơ Chu Trầm Nguyên Minh (1943-2014)

Tên thật: Phạm Minh Tâm.

Sinh năm 1943. Tại Hàm Liêm. Hàm Thuận. Bình Thuận. Than Thiết.

Binh ung thư gan. Mất ngày 19 tháng 2 năm 2014 tại Sài Gòn.

Bắt đầu viết từ năm 1959.

Đã xuất bản:

- Trong Mặt Trời Buồn *(1967)*
- Quê Hương Thơ và Nước Mắt *(1968)*
- Cuộc Tình Người *(1969)*

VĨ CẦM

(Tặng con trai Phạm Trần Nguyễn)

1.
Cây violon con cầm
Có tình ba nghĩa mẹ
Có tiếng chim hót trên cánh đồng
Gọi bình minh thức dậy
2.
Cây violon con cầm
Có đồi cát mênh mông
Có đớn đau nát lòng
Và dấu chân ba
Bước qua số phận
Có đám xương rồng
Có lọn cỏ long nhong
Lăn hoài theo triền dốc
Như cuộc đời
Lăn mãi mãi không thôi

3.

Cây violon con cầm
Có ngọn gió thổi qua
Những đồi cát mù lòa
Có đám bụi tung bay
Khuất mất mặt người
Có những điều mẹ mong
Lăn cùng vòng xe mẹ đạp
Có những điều ba ước
Trôi theo mãi tháng ngày
Chẳng bao giờ làm được
Cho hôm nay
Cho cả ngày mai

4.

Cây violon con cầm
Có những đổi thay
Có chuyến xe quay
Dừng lại
Có tấm bạt mở ra
Ba nhìn hoàng hôn phương xa
Cùng mặt trời
Khuất sau rặng núi
Có lô nhô đầu người
Và tiếng gọi tên
Như vang lên từ địa ngục

5.
Cây violon con cầm
Có tiếng còi tàu mỗi chiều thúc gọi
Có màn sương khuya che khuất mặt người
Có ngày nắng
Có đêm mưa
Có biết bao nhiêu nhớ nhung
Và nỗi mong chờ
6.
Cây violon con cầm
Có những vòng thép gai
Có tháp canh
Có hàng rào ngăn cách
Mỗi sáng ba chờ
Nghe tiếng mẹ gọi
Nghe tiếng con kêu
Bên kia vọng lại
Ba ngây dại điếng lòng
Lưng tròng nước mắt.

7.
Cây violon con cầm
Có tiếng hát đêm đêm buồn bã
Có lời ca
Trên đỉnh Trường Sơn
Có Cô Gái Vót Chông
Có Cô Gái Lam Hồng
Có cả Kéo Pháo Qua Đèo
Cùng giọt mồ hôi vừa đổ
Có tiếng vỗ
Nhịp nhàng
Và niềm hạnh ngộ
Cô đơn.
8.
Cây violon con cầm
Có bóng ai đứng giữa trời
Ở ngã ba Tam Giác
Chờ mãi một người
Không bao giờ đến
9.
Cây violon con cầm
Có cái dốc Nam Anh
Mỗi sáng ba qua
Thừa sống thiếu chết
Có những chuyến xe ra đi
Chiều hôm trở lại
Có chiếc áo tả tơi
Ôm không kín cuộc đời

10.
Cây violon con cầm
Có giọt mồ hôi ba đổ
Có giòng nước mắt mẹ rơi
Có chắt chiu quạnh quẽ
Từng hạt gạo cho đời.
11.
Cây violon con cầm
Có những vòng xe quay
Sông Mao- Bàu Trúc
Có ánh nắng vàng
Rừng núi âm u
Có cả cô đơn
Có cả sương mù
Có biết bao nhiêu nỗi lòng
Đau cùng năm tháng
Có cuộc đời miên man
Trong muôn trùng tiếng gọi
Có cả một thời
Ta chẳng nhận ra nhau.
12.
Cây violon con cầm
Có Bình Sơn - Ninh Chữ
Có Quảng Đức - Sông Pha
Có Tuy Phong - Cà Ná
Có trưa, có chiều
Có cả đêm khuya
Ba đứng giữa trời
Chở nỗi quạnh hiu

13.
Cây violon con cầm
Có con đường Phan Rang – Sài Gòn
350 cây số
Có chuyến xe đò
Chở mơ ước đi theo
Có cái nắm tay
Ba dắt qua đường
Có ngôi trường vang vang tiếng nhạc
Có đôi mắt mở tròn
Ngơ ngác
Nhìn Sài Gòn xa lạ
Có nhà cao cửa rộng
Có ánh sáng muôn màu
Có cả ngọn đèn hắt hiu
Nơi ba và con trú ẩn
14.
Cây violon con cầm
Có cơn mưa buổi chiều
Giăng qua Tòa Đô Chính
Trên ghế đá công viên
Con run rẩy nép mình
Vào lòng ba
Những giọt mưa bay qua
Giọt nào trên tóc con
Giọt nào trong mắt ba
Giọt nào bay thật xa
Về bên mẹ phương trời

15

Cây violon con cầm
Có bến Bình Đông, Hàm Tử
Có con tàu chở hạt đậu xanh
Có cuộc đời mong manh
Theo cùng con nước.

16

Cây violon con cầm
Có trái banh màu xanh
Lăn hoài lăn mãi
Có bước chân ba
Đuổi mãi không ngừng
Có nỗi lòng rưng rưng
Có mồ hôi đắng mặt
Có tủi cực ngất trời
Có những hạt gạo rơi
Đổi bằng nước mắt
Có hàm răng cắn chặt
Trôi theo "cuộc tình người" *

17.

Cây violon con cầm
Có giọt mồ hôi con đổ
Trên đường Lý Thái Tổ
Con gò lưng chuyên chở
Cả cuộc đời gian nan

18.
Cây violon con cầm
Có Sài Gòn đêm
Sương lạnh
Theo dấu chân âm thầm
Có Sài Gòn ngày
Nắng hanh
Theo giòng đời xuôi ngược
Có đôi mắt xa xôi
Ai chờ ai đợi
Có lời hoài ca vời vợi trong chiều
Có tiếng Vĩ Cầm réo rắt cô liêu
Trong muôn ngàn nhung nhớ.
19.
Cây violon con cầm
Có Sài Gòn vui, Sài Gòn buồn
Sài Gòn ca, Sài Gòn hát
Sài Gòn long lanh
Cùng vòng quay nhanh chóng mặt
Có nỗi lòng quặn thắt
Có đôi mắt đời thường
Và tiếng Vĩ Cầm yêu thương
Hòa cùng bóng tối
Có bước đi vội
Như muốn kiếm tìm
Một thời mơ ước

20.
Cây violon con cầm
Có nỗi ân hận của ba
Và niềm tiếc thương của mẹ
Ba đã trao cho con cuộc đời
Và những điều ba chưa làm nổi
Mẹ đã đặt ước mong
Và trao cho con những điều mong ước
Nhưng làm sao con thực hiện được
Giữa muôn trùng gian nan
Thôi con nhé
Hãy cất cao tiếng đàn
Bấy nhiêu thôi cũng đủ
Nỗi buồn đêm
Sài Gòn
Mênh mang
21.
Cây violon con cầm
Có biết bao nhiêu điều
Mà ba chưa nói hết
Con ơi!

………
** tựa tập thơ cùng tác giả*
- Sài Gòn tháng 8.2012

CON BÁCH THẢO CÁI

1.

Trừ ông bà chủ ra thì tất cả mọi người không biết Nó là ai, từ đâu đến. Nó cũng không biết mình là ai. Mọi người có người thân như: cha, mẹ, anh, em..còn Nó thì không. Nó cu ki một mình với đàn dê mà ông bà chủ đã giao cho Nó chăn dắt. Khi Nó đủ lớn để nhận biết và nhớ những việc chung quanh, thì Nó chỉ thấy và nhớ... đàn dê.

Đàn dê lúc đầu chỉ có 4 con cái và 1 anh xồm, 1 chồng 4 vợ, chung sống với nhau rất hòa thuận, phần của ai nấy ăn, chỗ của ai nấy ngủ… Nó chẳng bao giờ thấy chúng bất hòa. 4 con dê cái, chửa đẻ liên tục... đàn dê mỗi năm mỗi nhiều thêm, đông lên, một mình Nó không chăn dắt nổi, dê xé đàn đi lạc hoài, ông bà chủ rất phiền lòng.

Bà chủ nói:

- Phải kiếm thêm một đứa nữa.

Ông chủ đồng tình:

- Phải... nhưng để từ từ..tôi kiếm.

- Tội thằng nhỏ... ông tìm gấp mới được.

- Biết rồi.

Ông bà chủ quay lưng, rời khỏi cái chòi lợp bằng tranh, vách trét bằng đất, trống trước, hở sau… bên chuồng dê, nơi Nó ở bấy lâu. Cứt dê không thúi như cứt người nhưng nước đái thì khai phát khiếp, cứt nước đái trộn lại, tạo thành mùi rất đặc trưng, rất khó ngửi, người không quen như ông bà chủ thì nói ba tiếng là bỏ đi ngay. Nhà của ông bà chủ ở tận thị xã, đó là căn nhà xây gạch, lợp ngói đỏ, chung quanh bao bọc bởi một hàng rào cũng xây bằng gạch cao quá đầu người lớn, đó là căn nhà có hai lầu độc nhất, đẹp nhất, to nhất... của thị xã. Ông bà chủ mua đất lập chuồng nuôi dê ở Xóm Dê, cách thị xã gần nửa ngày đường.

Nhà nào cũng có dê, dê cha, dê con..nhưng không nhà nào có dê nhiều như ông bà chủ, ai cũng nói ông bà chủ là người giàu nhất, ông chủ là người quyền thế nhất.

Thời gian không lâu sau, vào lúc trời chạng vạng tối, Nó vừa đóng cửa chuồng, thì ông chủ đến.:

- Mày đến đây nhận người mới.

Người mới là đứa con gái, trạc tuổi Nó.

- Nó tên Sari... nó với mày... chăn dê.

- Dạ.

- Mày bày vẽ cho nó cách chăn dê..

- Dạ.

Nó nhìn Sari, khoảng 15, như Nó, da đen, cũng như da Nó.

- Hai đứa chúng bay siêng năng... Tết tao may cho áo mới.

Sari nghe áo mới, hớt lời:

- Áo bông nhé ông chủ.

- Ừ... áo bông.

Sari quay lại nắm lấy bàn tay thô ráp của Nó, nói:

- Mình ráng lên anh... anh...

Sari ngưng lại, rồi hỏi:

-anh tên gì thế?

Nó ú ớ...

Ông chủ nói:

- Nó không có tên... mày cứ gọi bằng "anh" là được rồi.

- Ai cũng có tên, sao anh lại không?

Ông chủ ngập ngừng:

- Tao quên đặt tên cho Nó.

Thật tình Nó bị bỏ quên, sự có mặt của Nó, trong cái chòi rách nát, bên chuồng dê khai đến nhức cả đầu... không ai để ý đến cả. Nó có mặt bên ngoài sự có mặt của mọi người.

- Hai đứa bay ăn ở... trong chòi.

- Dạ... dạ...

Nó muốn nói, con Sari là con "cái" làm sao ở chung với Nó –là con "đực"- được, nhưng ông chủ đã thoát đi, Nó không dám nói với theo.

- Anh phải chỉ tôi chăn dê như ông chủ dặn lúc nãy.

- Biết rồi

Sari nhìn cái sạp đan bằng tre làm giường ngủ của Nó.

- Anh để tôi ngủ trên sạp.

Nó bất ngờ:

- Sao ?

- Tôi ngủ trên sạp

- A... a.

- Còn anh thì ngủ dưới đất.

Nó ngạc nhiên:

-Dưới đất?...

Nó ấp úng, khi con Sari cầm tay nó,vô tư:

- Làm anh phải nhường cho em.

Lần đầu tiên trong đời Nó được đứa con gái nắm tay, Nó có cảm giác rất lạ, vừa sợ vừa thích.

- Ừ... ừ...

Đêm đầu tiên, hai đứa bay "ăn ở trong chòi" như ông chủ ra lệnh, con Sari lôi trong cái túi vải màu đen mà nó mang kè kè bên vai lúc đến, đủ thứ, quần áo, khăn.. tất cả đều có màu sẫm, cũ mèm... Chỉ có một thứ màu sáng, không cũ, đó là cái quần lót màu đỏ. Con Sari dấu nhẹm, không muốn Nó nhìn thấy, nhưng đâu có được, Nó thấy rất tỏ tường là đằng khác.

Có lần, ông bà chủ gọi Nó lên nhà, khi bước qua cổng hậu, Nó đứng tần ngần, và cũng thấy cái quần lót màu đỏ phơi trên dây phơi ở cuối sân. Thỉnh thoảng.. Nó nhớ và thấy khó chịu trong người..

-.Anh lấy cái này trải ra..mà ngủ.

"Cái này" mà Sari ném cho Nó là cái bao bố chỉ xanh dùng đựng gạo, đã tháo chỉ...

- Còn...

- Anh khỏi lo cho em...

Nó nghe tiếng "em" mà con Sari nói, vừa lạ, vừa hay, lòng nó bỗng thấy vui... Con SaRi là đứa dạn dĩ, mau miệng, nhanh nhảu... và rất tự nhiên. Sari mới đến mà ăn nói như đã quen lâu rồi vậy.

Nó cứ trằn trọc, thao thức... Lần đầu tiên có một người lạ, lại là con gái, ngủ chung chòi với Nó, Nó không quen... Còn con Sari, vừa nằm xuống là thở pho pho, ngủ khì...

2.

Một ngày mới bắt đầu, ngày mà Nó và đàn dê có thêm... Sari, có thêm một kẻ lạ. Nó đón nhận hoàn cảnh mới một cách phấn khởi, không một chút e dè, Nó hết cu ki một mình, Nó có người đồng hành, Nó thấy buổi sáng an lành, mát mẻ...

Mùa nắng, cỏ đã khô và bay theo những cơn gió nồm, rẫy bắp cũng đã sạch gốc. Cây khô héo, lá vàng rụng dần, và những đàn dê, với những cái mõm nhọn, nhanh nhẹn, quét nhanh, cây cũng dần trơ cành... vì vậy, phải đưa đàn dê đi xa, chăn dắt dài ngày.

-Lấy gạo, cá khô... đủ cho hai người ăn...

- Mấy ngày?

Nó ngập ngừng:

- 7 ngày

- Sao lâu vậy?

- Đi xa mà.

- Đi xa..

- Đi xa... mới còn cái ăn cho dê.

Nó quan sát đàn dê, theo thói quen đang dồn tới cửa, chực ra khỏi chuồng. Cả hai, dê cỏ và dê Bách Thảo chung bầy, nhưng khi ngủ, thì ở hai chuồng riêng biệt. Chuồng dê bách thảo có sàn làm bằng tre lồ ồ, chẻ tư, đan kết lại thành bè, kín. Chân con bách thảo không lọt vào khe, nên không hư móng, chúng không đi cà nhắc bao giờ trừ khi bị gai đâm. Trái lại, chuồng dê cỏ không lót sàn, chúng ngủ trên đất, chúng nhỏ con hơn bách thảo, nhưng khỏe.

- Sari... mở cổng bách thảo.

Còn Nó vừa mở cửa chuồng dê cỏ, dê xồm của hai chuồng đều là con ra khỏi chuồng trước tiên, những con dê cái lửng thửng bước ra rồi chậm lại chờ con Xồm nhảy rồi mới đi tiếp, 5 con xồm cứ thế..nhảy đủ 40 con cái rồi theo bầy.

Buổi sáng đã chói chang.

- Anh ơi... nước mắm...

- Hết rồi.

- Hết rồi à?

- Đem một chén muối hột.

Sari lấy đoạn tre làm đòn, gánh hai đầu nào soong, nồi, muối, gạo, chén, đũa... dụng cụ nấu ăn, ngủ nghê... cho hai người. Nó vung roi... be... be... be điều khiển đàn dê đi đúng hướng, con đầu đàn sẽ hiểu Nó và dẫn bầy đi. Qua một rẫy bắp rộng lớn đã thu hoạch từ lâu, đàn dê băng qua đường ray xe lửa, và bắt đầu lên dốc một ngọn đồi thấp, đàn dê tản ra, vừa di chuyển, vừa gậm những chồi xương rồng xanh… Lúc này, Nó mới hết căng thẳng, đàn dê đã vào đường chăn trật tự, trong tầm quan sát. Nó đến bên Sari.

-Bây giờ thì cứ để chúng tự do, tìm thức ăn... chúng sẽ biết nơi tập trung vào buổi trưa.

- Sao chúng biết?

- Con đầu đàn sẽ đưa cả đàn đến chỗ có nước.

- Sao nó biết... chỗ có nước?

- Không biết... chắc trời chỉ cho nó...

Ngừng một chút, Nó nói:

- Bây giờ mình đến đó trước... chờ chúng.

Hai đứa đến một cái bàu nhỏ, nước chỉ còn một lõm ở giữa, đục ngầu… Đứng dưới gốc cây Dúi có tàn rộng, che mát một vùng, Nó lấy bình nước từ cái gánh của Sari, tu một hơi.

- Uống đi

Nó vừa đưa bình nước, vừa nói. Sari lắc đầu, móc trong túi xách ra một bịch bắp rang.

- Anh ăn đi...

Nó hết sức bất ngờ:

- Ở đâu ra thế?

-.Em rang... lúc anh còn ngủ.

Nó nhai một nắm, dòn, thơm… rã ra trong miệng, lần đầu tiên Nó thấy rất vui trong bụng, Nó cười nhỏ.

- Ăn đi

Cứ như vậy, những con dê xồm thì nhảy, những con dê cái thì đẻ, đàn dê mỗi năm một đông thêm, ông bà chủ, lại tách đàn, bán bớt.. Nó cao to vạm vỡ, Sari cũng vậy, mông và ngực nở tròn, tóc dài, hai đứa lớn phổng phao.

Mỗi khi ông bà chủ xuống chuồng, tách đàn để bán dê thịt cho thương lái, bà chủ thường nhìn hắn với đôi mắt mở lớn hơn bình thường, còn ông chủ thì nhìn ngực Sari, một cách thèm muốn. Nó và Sari đều nhận thấy điều đó, cả hai đều thấy khó chịu, nhưng không nói gì.

Mùa dục của đàn dê cái kéo dài hơn một tuần, lúc đó chúng thay đổi hẳn, hoạt động nhanh, hung dữ, ưa gây sự, chúng nhảy lên lưng nhau, như con đực nhảy cái, chúng tranh giành con xồm, thân hình chúng bỗng đầy đặn, nở nang, hai chân sau chạng ra, âm hộ nở đỏ... Chúng có thể đứng yên cho con xồm nhảy liên tục nhiều lần và luôn kêu be be be, rên rỉ... Đàn lúc đó như có loạn, số con xồm chỉ bằng 1/20 con cái, nên nó nhảy gần như suốt ngày không mệt mỏi, nhưng nước miếng hai bên mép nhểu lòng thòng...

Buổi trưa, đàn dê núp dưới bóng râm, nghỉ ngơi, Sari lấy vắt cơm đưa cho Nó, hai đứa vừa ăn vừa nhìn khu rừng thưa, đâu đó có tiếng cu gáy nắng, gió thổi hiu hiu... bỗng con dê Bách Thảo cái xuất hiện, sau nó là hai con xồm cùng giống, cả 3 đều to lớn nhất đàn...

Con Bách Thảo cái là con dê đẹp, mùa dục dài, đẻ sai. Chưa đến mùa động dục, âm hộ của nó chìm mất giữa hai má bắp chân sau, chỉ còn một nhúm lông màu xám, nhưng khi mùa dục đến, âm hộ trồi ra như trái ổi, ở giữa có cái khe màu đỏ... Con Bách Thảo cái chạng chân cho hai con xồm thay phiên nhau nhảy, nó rên be... be... be... và hai đứa, Nó và Sari, thấy từ âm hộ của Bách Thảo nước chảy ra, nhỏ giọt... Sari đỏ mặt, đôi mắt hực lửa, cảm giác nóng bức, xốn xang... rồi bất ngờ chồm tới, phủ hết thân mình lên Nó. Nó quay quắt... hai đứa ôm nhau ngã xuống, tay của cả hai quờ quạng,run rẩy... Thượng đế không dạy, mà chỉ cho con người bản năng sinh tồn, con người phải tự khám phá lựa chọn cách đi đến đích cuối cùng.

Tình dục là bản năng tự nhiên, tự nó sẽ khai phá, cho nên…

Nó đè lên Sari, tay mò vào ngực, vào háng... Sari quặn người, ôm chặt lấy Nó… Chúng tự mở, cởi và trần truồng, đôi vú dậy thì của Sari đỏ ửng… Trời đất quay cuồng, Sari nghe có cái gì đâm vào... và đau đớn ngất đi... Hai đứa, sau bao ngày, bao tháng chịu đựng, đè nén nay cả hai cùng mở lòng... Niềm hoan lạc nhận chìm cả hai vào tình yêu… Sari khóc... những giọt nước mắt hạnh phúc của người con gái đã yêu và được dâng hiến cho người mình yêu giọt máu đầu đời. Sari dụi đầu vào tóc Nó, nói rất nhỏ:

- Máu… ở chỗ đó có máu… anh à.

- Em... Em... như dê cái mới lớn... bị con xồm nhảy lần đầu...

- Anh nói sao...?

- Anh thấy cũng có máu chảy ra… như vậy.

Nó ôm đầu Sari và hôn lên tóc, lên cổ...

- Anh à...

- Sao?

- Chỗ đó... nó rát em lắm...

- Em… em… gắng chịu một chút...

Sari thấy Nó lo lắng, ngơ ngác, ấp úng... rất tội nghiệp, thật lòng Sari chờ mong điều này xảy ra từ lâu rồi, từ lúc Sari có máu ra hàng tháng. Sari biết Nó cũng thèm muốn... đêm đêm hai đứa cứ trằn trọc,không ngủ được.

- Anh anh... a.

- Gì thế?

Sari kéo bàn tay Nó đặt lên ngực... Chúng lại làm tình, yêu nhau... liên tục như con xồm nhảy con Bách Thảo cái, càng lúc tiếng rên của cả hai càng lớn, càng quằn quại, sung sướng... hai đứa cùng hạnh phúc dưới tán cây rừng.

Tối về, Sari đẩy cái sạp ngủ của Nó sát lại cái sạp của mình, chỉ cách một gang tay.

3.

Mùa động đực của dê cái qua nhanh, thời gian này người chăn dê khổ nhất, giữ trật tự không để chúng báng lộn, gom đàn quanh con xồm, để dê cái được nhảy vài lần một ngày. Lúc về chuồng, trước khi ngủ, phải cho chúng ăn thêm thực phẩm khô, thực phẩm "công nghiệp", có lúc ông chủ chở cả một xe bò vỏ đậu phụng về đổ một đống to như đống rơm... Dê cái ăn nhiều gấp đôi ngày thường, dê đực cũng vậy... Cái máng nước được Sari xách nước từ giếng gần đó, luôn luôn đổ đầy...

Nó chia cỏ khô làm nhiều lọn nhỏ, bỏ rải rác trong hai chuồng, lũ dê đứng nhai chăm chỉ.

Gần như suốt đêm, 5 con dê xồm, không ngủ trong chuồng, chúng được tự do đến đống rơm ăn thỏa thích, để lại sức và cũng cách ly với lũ dê cái, không thì chúng nhảy suốt đêm.

Gần nửa đêm Sari mới đi tắm, Nó mới quấn được điếu thuốc lá ngồi phà hơi khói đầu tiên. Dưới ánh trăng khuya, nó thấy Sari trần truồng kỳ cọ nơi cái giếng cách nó không xa, hai vú nâng cao, cái mông tròn...

- Anh... anh...

Nó chưa kịp nói gì Sari tiếp:

- Đến đây... tắm chung với em.

- Trời đất...

Nó không cưỡng lại được lòng ham muốn, Nó đến bên cái giếng... Con Sari tạt một gàu nước, Nó ướt từ đầu đến chân, hai đứa tắm chung một gàu nước, tay đứa này kỳ cọ đứa kia, tiếng đùa giỡn, tiếng cười mỗi lúc một thưa và nhỏ dần.. Hai đứa đứng trần truồng ôm hôn nhau dưới trăng khuya, nơi cái giếng xa hết thảy mọi nhà, rồi chúng ngã xuống, quấn lấy nhau trên cái nền sũng nước, Sari rên ư ừ, còn Nó, tiếng thở mạnh, từng nhịp, từng nhịp.

Ánh trăng vẫn chiếu sáng lờ mờ trên vạn vật, vũ trụ chứng kiến niềm hoan lạc mà thượng đế đã ban cho con người.

Thời động đực đã qua, đàn dê cái hết quẩy đuôi, đưa đít cho con xồm nhảy nữa, chúng đã cấn chửa, và bản năng bảo chúng lánh xa con xồm, thậm chí đánh đuổi và ghét bỏ. Chăn dắt thời gian này phải gần chuồng, mặt bằng dê di chuyển phải bằng phẳng, cách ly hẳn với con xồm, đó là cách bảo vệ đàn dê đang cấn thai.

Mọi việc được hai đứa thực hiện nhịp nhàng, không sai sót, chẳng mấy chốc, đàn dê đi vào nề nếp mới, trật tự.

Một hôm ông chủ xuất hiện, đưa tay ngoắc Nó và nói:

- Tụi bay làm việc tốt lắm

Nó cười:

- Dạ

- Mày nghĩ xem... lứa này... mình có bao nhiêu dê con?

- Dạ... trừ 10 con tơ đẻ lần đầu 1 con, còn lại...

- Từ 2 đến 3 con...

-.Dạ

- Ít cũng... 30 con

- Có thể nhiều hơn vài con... lứa này đàn dê sung lắm.

- Tao biết... mới khen hai đứa bay giỏi.

Ông chủ quay qua nhìn Sari đang đứng bên cái giếng, tay thoăn thoắt kéo dây gào, đổ nước vào 2 cái sô màu xanh lá cây.

- Con Sari... cao và đẹp quá

Nó đỏ mặt:

- Dạ...

Ông chủ cười và hỏi:

- Mày với con Sari đã... ấy chưa?

- Dạ... ấy... ấy... là...?

- Là... chơi...

- Là chơi... chơi... là...?

- Mày ngu quá... như con xồm nhảy con cái vậy.

Bây giờ thì Nó đã hiểu, như con xồm nhảy con cái, dễ hiểu hơn "ấy", "chơi" và nhất là chữ "làm tình" khó hiểu quá.. Nó đỏ mặt và nghĩ thầm, nhất định Nó dấu nhẹm trong bụng, không nói cho ông chủ biết là Nó đã "nhảy như con xồm" với Sari từ lâu rồi. Ông chủ nhìn nó cười cười:

- Để rồi tao sẽ chỉ cho mày cách "chơi" con Sari.

Ông chủ chờ chiếc xe Honda, kéo cái thùng chứa 5 bao thức ăn hỗn hợp để cho dê cái ăn dậm, dưỡng thai, ông trả tiền.

- Ba hôm nữa... chở cho tao 5 bao.

Người lái Honda gật đầu rồi nổ máy chạy trở lại con đường vừa đến, phút chót khuất mất ở cuối xóm. Sari lẳng lặng xách nước đổ vào máng nước gắn ở cửa ô chuồng lũ bách thảo. Từ lúc Sari bị Nó đè, trở nên ít nói, và ưa đỏ mặt trước người lạ, kể cả ông chủ.

- Sari! Ông chủ gọi lớn.

Sari giật mình.

- Dạ... dạ...

- Tới đây tao biểu.

Sari bước đến, hai tay vẫn còn xách hai cái sô màu xanh lá cây, đôi mắt nhìn xuống...

- Tao sẽ may cho bộ đồ mới, thưởng cho mày...

- Dạ.

- Mày thích áo bông phải không?

Nghe áo bông,Sari ngẩng lên, hoạt bát

- Dạ... con thich màu đỏ nữa.

Ông chủ đưa tay bẹo má Sari… vừa nháy mắt, vừa nói:

- Mày thích gì... tao cũng cho...

Ngừng một chút,ông tiếp:

- Nhưng mày phải nghe lời tao… nghe không.

- Dạ...

Nói xong, ông chủ nổ xe Honda, rồ mày vọt tới, một vùng bụi bốc lên, cuốn theo sau xe.

Đêm đó, khi chiếc dèn dầu đã tắt, trong bóng tối lờ nhờ:

- Hồi chiều ông chủ nói gì?

- Ổng nói... cho áo bông...

- Áo bông… rồi sao nữa?

- Hết rồi.

Ngừng một chút.

- Ông chủ rờ...

- Ổng déo má

- Sao không hất tay ổng...

Con Sari thấy thương Nó, và cũng tức cười trong bụng, Nó sợ ông chủ dụ Sari.

- Hai tay em... bận xách hai cái sô… tay đâu nữa mà hất.

Sari nói xong choàng tay ôm Nó, Nó hất tay Sari, đây là đêm đầu tiên hai đứa không làm tình, trong lòng Nó giận Sari "không hất tay" ông chủ, có điều bất an mơ hồ, lòng Nó không yên.

Buổi sáng, chờ sương tan, mọi nơi khô ráo, hai đứa mới mở cửa chuồng, đàn dê ùa ra. Từ hôm nay Sari không phải mang vác lỉnh kỉnh nữa, chăn dắt sáng đi chiều về. Hôm nay đàn dê sẽ ăn dọc quốc lộ, con đường nối liền miền núi với đồng bằng...

- Anh... anh nhìn kìa.

Nó nhìn theo hướng Sari chỉ, trên đường, xe đủ cỡ, đủ loại cùng từng đoàn người gồng gánh nối đuôi nhau. Họ đi từ cao nguyên xuống, cảnh tượng như chạy... giặc vậy, nhưng giặc ở đâu mà chạy? Sari hỏi.

- Họ đi đâu... mà đông thế...

- Chắc họ... họ...

Nó không biết trả lời ra sao, vì nó chẳng hiểu... người ta đi đâu mà đông như thế, và tại sao phải đi? Nó mon men lại gần, lắng nghe... và nói cho Sari biết.

- VC sắp đến..

- VC... VC... Họ dữ lắm phải không ?

- Không biết..

Nó vung roi quất vào khoảng không trước mặt vèo vèo, be... be... be..., đàn dê nghe lệnh, rút dần về hướng tây, xa con lộ đông người. Buổi chiều, ở xóm dê cũng có người nói "VC sắp về." Nó và Sari tỉnh queo, chúng nghĩ việc đó chẳng liên quan gì tới chúng cả. Công việc vì vậy vẫn trôi qua một cách bình thường. Đàn dê đứng ở sân chơi gậm cỏ khô mà Nó và Sari đã phân chia từng bó nhỏ... Ông chủ lại đến, tiếng xe Honda nổ bạch... bạch,... ông tắt máy, bỏ xuống bao gạo, muối, nước mắm... rồi nói:

-Tao quên bao cá khô...

Lão gọi Nó đến và tiếp:

- Tao khám bệnh cho dê, mày về nhà lấy bao cá khô...

Trên đường Nó gặp một vài người quen trong xóm dê, họ đi ra thị trấn, họ nói:

- VC sắp về phải dự trữ gạo, mắm, thuốc men.

Mặt trời khuất dần bên kia dãy núi. Nó cố bước nhanh để kịp trở về trong đêm.

Nó vừa đi khuất, thì ông chủ gọi Sari và ra lệnh:

- Mày cầm cái túi xách này... đi bên tao.

- Dạ.

Ông chủ và Sari chui vô từng lồng chuồng, xem vú, âm hộ, chân... từng con dê, đó là công việc bắt buộc phải có trong thời gian dê cấn chửa. Có con bị lở móng, chân bị sưng mủ, và nhiều nhất là âm hộ rỉ nước vàng lợn cợn những sợi màu trắng… Ông chủ đúng là một bác sĩ dê rành nghề, như xóm dê thường nói. Sari đứng hay khom người một bên. Khi ông chủ ra lệnh là nhanh tay lấy dụng cụ từ trong túi xách, nào bông, nào thuốc đỏ, nào ống chích, tùy bệnh của từng con, ông rửa, xức thuốc và cả chích nữa. Khi chui vào lồng con dê Bách Thảo cái, ông chưa chích nó đã nhảy dựng, đạp Sari té ngửa, ông chủ cũng liểng xiểng rồi té theo, đè lên Sari… Bất ngờ, tần ngần, rồi rất nhanh ông chủ đã xé cái áo ngoài và cả cái áo nịt vú... Sari chưa kịp phản ứng gì thì ông chủ đã bồng Sari vọt nhanh vô chòi... Ông chủ đè Sari nằm ngửa, lưng trên sạp còn hai chân thì thòng xuống đất... Ông chủ tách hai chân Sari... Từ lúc đó, Sari không còn biết gì nữa, người nóng như có một ngọn lửa đang bừng cháy... Sari thấy chung quanh quay cuồng, cái chòi như sập xuống đè lên, Sari ngộp thở trong đau đớn.

Ông chủ bỏ Sari trần truồng nằm trên sạp trong chòi, nổ máy phóng đi trong đêm. Sari bàng hoàng, ông chủ đã làm nó thỏa mãn. Có những động tác ông chủ làm khác với Nó và Sari thích những động tác này.

Quá nửa đêm thì Nó về đến chòi, Sari ngái ngủ, thở nặng nhọc. Nó nói gì đó, Sari nghe rất mơ hồ và thiếp đi, như con

Bách Thảo cái được con xồm nhảy liên tục nhiều lần lúc động dục... cũng thiếp đi như nó.

Đàn dê được tiếp tục đưa chăn thả dọc quốc lộ nối liền cao nguyên với đồng bằng, mỗi ngày Nó và Sari thấy người ta đi nhiều hơn, họ di chuyển bằng đủ loại xe và cả đi bộ.

Nó mím môi be... be... be ra hiệu cho con đầu đàn qua trái, hướng giòng sông, nước cạn, chỉ còn róc rách qua khe đá. Nó nhìn trời, vẫn một màu nắng, rất nóng... Đàn dê ùa xuống, chúng cúi đầu rít nước, có con ngẩng nhìn trời be be be. Đàn dê tách từng nhóm, đứng dưới tán những cây Dầu tơ, trốn nắng. Sari và Nó ngồi dưới bóng cây Dúi, lấy cơm vắt ra ăn. Ngoài đường người ta cũng dừng chân, ngồi dưới những bóng cây vệ đường, một vài người xuống suối múc nước, tắm, giặt... Cảnh hoang dã phút chốc có nhiều người, âm vang, không còn vắng lặng.

Buổi chiều, khi đàn dê quay về, người di tản nhiều hơn,và trên bầu trời, Nó và Sari thấy từng dàn máy bay, gầm rú, bay qua.

Còn hai ngày chăn thả cuối cùng, đàn dê chửa chỉ còn hơn tháng là đẻ, thời gian này không cho dê di chuyển, chúng phải được nuôi tại chuồng, trong bữa ăn tối.

- Anh này

- Gì thế?

- Mai mình chăn ở đâu?

- Ở Núi Đá... 2 ngày...

Và Nó dặn Sari nhớ đem theo ít thức ăn dặm cho đàn dê, chủ yếu là bã đậu đã vào hai bao nhỏ. Nó sẽ gánh hai bao này.

Như thường lệ, tối đến, hai đứa tắm truồng ở giếng nước sau chòi, kỳ cọ cho nhau, thỉnh thoảng Nó vật Sari xuống nền đất ướt, nhưng thường thì Nó bồng Sari chạy vào chòi. Nó mạnh mẽ, ham hố. Nó làm cho Sari nhũn mềm, nhưng tiếng rên ban đầu không còn hưng phấn, đam mê nữa, kể từ ngày

Sari bị ông chủ hiếp. Thật kỳ lạ, cái lưỡi của ông chủ đã làm Sari nhớ lại, mỗi khi Nó làm tình. Nó cũng nhận thấy Sari không còn hưng phấn như trước, tiếng rên... và chưa bao giờ Sari cào lưng Nó như trước đây, mỗi khi Nó dục dã. Nó muốn hỏi, nhưng cứ ngượng ngùng.

Buổi trưa ngày thứ nhất ở Núi Đá, Sari nằm dưới hốc đá, áo Sari mở gần hết nút, trời nóng, Sari cứ trăn trở, còn Nó không sao chợp mắt được. Từng đoàn xe chạy ngoài quốc lộ Bắc Nam, người ta di tản, từ miệt ngoài vô, đông ơi là đông. Máy bay, từng 4 chiếc một, bay qua, tiếng bom nổ vọng lại...

Đêm đến, đàn dê ngủ từng nhóm quanh hốc đá mà Sari và Nó ngủ, ngoài tiếng xe ngoài đường vọng lại, đêm có sương lạnh và tiếng côn trùng rã rích. Bỗng dưng Nó thấy buồn buồn, Nó là ai, còn Sari nữa, không cha, không mẹ, không anh, không em.. "Thằng nhỏ" và "con nhỏ" chăn dê, người ta gọi chúng như vậy. Nó không có tên riêng cho mình đã đành, con Sari -có tên- nhưng chẳng mấy ai gọi… chúng côi cút, lẻ loi.

- Anh này...

Im lặng.

- Ngoài đường xe chạy nhiều quá...

- Họ... di tản.

- Họ bỏ nhà... cửa, ruộng...

- Bỏ hết... chứ làm sao mang theo những thứ đó.

- Uổng quá hen.

Nó cũng nghĩ "uổng" thật, nhưng không di tản thì còn tệ hơn [?]. Nó nghe người di tản nói như vậy.

- Ngủ đi...

Sari choàng tay ôm và rướn người hôn lên má Nó. Nó xoay người ôm cứng, Sari hứ hứ... kéo tay Nó để lên ngực..., hai đứa bắt đầu những đợt sóng tình yêu, dâng cao, dữ dội. Tiếng rên và tiếng thở hòa với tiếng sương đêm đang rơi...

CÁI TRỌNG TY

Tên thật: CÁI TRỌNG TY. Nơi sinh: Huế.

Năm sinh 1943 (?)

Cựu học sinh trường Sư Phạm Quy Nhơn.

Làm việc tại quận Hòa Đa. Phan Rí từ năm 1972 -1974.

Hiện định cư tại Hoa Kỳ

Thơ xuất bản:

1/ Có Một Mùa Trăng Xa Như Biển *(Thơ. NXB Thư Ấn Quán. Hoa Kỳ 2017)*

2/ Vàng Khanh *(Thơ. Quán Văn. Sài Gòn. 2018)*

HOA TỪ BI ĐỘ LƯỢNG

gửi Tô Tẩm Huy

em với dòng sông ngân
trắng quanh đời khổ nạn
mong manh sợi nắng tàn
nối hai bờ bơ vơ

hai bờ nay cách trở
xôn xao rừng tiếng động
chuông chiều vang mật ngữ
tuệ nhãn thấu tâm như

đau đớn lửa phần thư
oải hương vườn sắc tứ
bức tranh đời vân cẩu
ai gọi mãi chuyến đò

chiều sương dầy thành cổ
hương sen đầu hồ tịnh
thơm suốt mùa hạ qua
Hương ơi cội hoa tình

em đi rồi mấy thu
đoá hoa vườn tĩnh toạ
nhịp đời sóng từ bi
cõi phù trường thấu thị
cám ơn đời có hương
nhóm lên tình hoang tưởng
yêu một trời vô ngại
tình lặng nắng dừa hoa

yêu từ trăng bóng nhạn
bay vút trời đâu suất
hoa từ bi độ lượng
hương tiếp mộng miên trường

Houston Tx
August 9 2016

ĐÊM TRĂNG HOANG DẠI

về sông mao
về chợ lầu phan rí
phòng tuyến dài dạo ấy sang xuân
ga vắng phố chàm trăng hoang dại
tháp hời khuya hờn vô vọng trăm năm
đồi sương đọng dấu giày mờ cỏ lát
trảng lưa thưa mưa xóa bãi mìn chông
mùi máu tươi tanh nồng bên lộ vắng
tai kiếp rình
đợi những bước chân qua
bữa đó giữa đồi khuya bát ngát
tôi theo trăng về muộn trước sân ga
nghe xa vắng còi tàu qua phố chợ
thân bọt bèo sống chết như chơi
dòng sông đục mù mịt sóng
cuồn cuộn tai ương
đời bạc bẽo vô cùng
tôi đứng trên đồi

lau sậy hai bờ đêm trắng xóa
soi bóng mình chìm khuất mông mênh
người ngợm dở hơi
một thời quá nản
tiếng ai hú rừng chồi
vọng về tiền kiếp
sóng từ trường trời đất giao thoa
khoảnh khắc mong manh vỡ tràn huyệt mộ
mắt chăm đẹp thiên thu
buồn não nuột
ngàn dặm sao hôm
đêm sông mao chìm trong cô quạnh
điệu hát oán hờn
kinh thành đổ nát
tượng chàm u tịch
phía biển trời đang tỏa
lửa u trầm xa xăm

SÓNG NƯỚC LUÂN HỒI

tôi qua cầu độ nhật
nhìn sông sâu nước chảy luân hồi
thấy tôi trôi
cùng mây về với biển

xôn xao da thịt trắng ngần
dưới làn áo mỏng
hai hạt lựu phập phồng
sắc hồng chếnh choáng hơi men
giọt cát thời gian tình trễ hẹn
sóng nước vô hồi
lạc mất biển về đâu

khúc dạo đầu bên kia cầu phổ độ
mưa hạc vàng ướt mảnh đời xa
nắng trên cát
phẳng phiu hồn dương liễu
chảy miên man trời mạn ngược biên thùy

ngồi lại bên đường
ngày chạng vạng
trong gương
màu ảo sắc đảo điên
đời qua
lá thời gian vàng vội
cánh rơi nghiêng
hớt hải vườn thu

CUỘC RƯỢU BỐN NGƯỜI

năm ấy ra trường về phố biển
trời Tuy Hòa màu áo trận buồn hiu
bờ cát vắng dấu giày saut sóng xóa
quán bên đường nhìn xuống biển mù khơi
với Lý đui
Cường đakao
Phong quá tải
bọn mày về từ chiến địa Kontum
trong quán nhậu một ngày mưa rả rích
chuyện trời ơi
chuyện gái gú râm ran
những con người
những cái chết như mây
những kiểu chết nhẹ hều... như gió
quên tuốt luốt những nhọc nhằn lính trận
vui một đêm say mai rồi hãy tính
quên đi hết nếu ngày mai chết đứng

bên góc rừng bóng quạ ngửi mùi tanh
khí trời đậm khét mùi thịt cháy
mùi khói nồng thuốc súng buổi hoàng hôn
kệ chó đời uống thêm Phong cận thị
ông làm sao trông chán thấy mồ
quên đi giảng đường xưa
người tình đại học
giờ ta học đại chuyện giết nhau
tráng sĩ qua sông
sao còn bịn rịn chuyện ruồi bu
sông Dịch ai đi còn trở lại
chảy buồn một chiếc lá rời thu
cạn hết chén này thằng cà chớn
này Lý đui quái dị
uống đi mày
sao ngồi đực ra đây
ôm hồ rượu đắng
vùi một đêm say rượu đậm sắc màu
trong mưa gió nhắc mùi cố quận
tưởng tiếc làm chi
mai rồi còn sống được hay không
tháng chín vào đông
Cường đi biền biệt
Phong về nhà xác hồn theo gió
trên nắp hòm buồn
cờ phủ nến rưng rưng

kính cận chỏng chơ mày bỏ lại
nhìn cứ mủi lòng
tau ngồi đợi chờ ai
thân như con thú tìm thương tích
liếm vết thương khô
tưởng niệm chúng mày
những thằng chết trẻ hồn phiêu dạt
đứa khác đu bay
thế sự hà rầm
một mình một bóng trên đồi đá
ngọn nến vàng soi áo trận phai
màu nắng chiều vàng màu thuở đó
quán nhậu ngày mưa tìm ở đâu
ta về thấy nắng về xa lạ
thấy một chiều xưa cuộc rượu mòn

THIẾU KHANH

(Ảnh trên mạng)

Thiếu Khanh tên thật là Nguyễn Huỳng Điệp. Sinh năm 1942. Tại làng Bình Thạnh. Huyện Tuy Phong. Tỉnh Bình Thuận. Tuấn Khanh từng tham gia huấn luyện chiến thuật tại Dục Mỹ. Ninh Hòa. Khánh Hòa.

Trước 1975/ Ông là nhà giáo. Sau 1975 ông bỏ dạy lên Phương Lâm. Tỉnh Lâm Đồng làm rẫy. Năm 2000, ông và gia đình chuyển về sống ở Sài Gòn bắt đầu công việc dịch thuật.

Hiện sống ở Sài Gòn

Tác Phẩm xuất bản:

- Khơi dòng: thơ *(In chung với Thu Lâm, Nguyễn Thị Sinh, Montréal. Canada 1968)*
- Trong Cơn Thao Thức *(thơ. NXB Da Vàng. Đà Nẳng. 1971)*
- Tự điển cụm từ Việt Anh9 *(Ký tên Nguyễn Huỳnh Điệp)*

SÁNG TÁC:

GỞI THI SĨ LUÂN HOÁN

Ngày xưa trái đất còn vuông
Còn hun hút những con đường song song
Cuối đường đụng cái hư không
Trái chân về núi nặng lòng câu thơ
Giật mình tiếng mõ thiền sư
Ngoảnh đầu hỏi lại bến bờ đâu đâu!
Thuộc lòng trăm cuộc bể dâu
Bài thơ còn thiếu nghìn câu không lời...

Bữa nay trái đất tròn rồi
Con trăng cũng mới ra đời bữa nay
Ví mà người ở xa đây
Thì ai chia ánh trăng này với ai?

BÀI TÌNH CA HẬU NGHĨA

Em mắt nghìn thu xanh cỏ biếc
Ta lên rừng thẳm ngủ chiêm bao
Vòng tay thân ái xa biền biệt
Ta gặp nhau mà vẫn nhớ nhau
Em nhớ ta hay ta nhớ em?
Từng đêm lặn lội giữa bưng biền
Ta qua Hậu Nghĩa ngày mưa xám
Róc vỏ thân tràm ta viết tên...
Năm tuổi chiến trường xuyên vạn lý
Núi sông biết mặt đứa phong trần
Yêu em ta bỗng thành thi sĩ
Thơ lính hong ngời mắt mĩ nhân.
Ta trót đam mê ngùn ngụt lửa
Nghìn đêm nuôi nấng mộng phi thường.
Cho em một cánh tay gần gũi
Dành một tay vào buổi nhiễu nhương.
Đôi lúc toan vung cờ nghĩa khởi
Cùng em đi tiếu ngạo giang hồ
Ngao du trên suốt vùng biên giới
Về đóng quân doanh ở Hố Bò
Mình không cười giễu ta cuồng vọng

Chỉ sợ nhàu phai áo học trò
Theo gã thư sinh làm loạn tướng
E mình lây phải mộng phiêu du!
Đêm ta đụng trận trong Vàm Cỏ
Lửa sáng rừng sâu nhớ mắt nàng.
Ngày hát nghêu ngao qua Thố Mố
Trong lòng nỗi nhớ chợt thênh thang!
Đức Huệ – Củ Chi đến Đức Hoà
Quê hương nàng hóa quê hương ta
Năm năm vác súng giang hồ vặt
Chỉ nhớ tình nhân chẳng nhớ nhà.
Ta tự miền Trung vào Hậu Nghĩa
Đồng chua ngâm nứt gót chân chai
Tóc em chao gió thơm rừng mía
Reo giữa hồn ta tiếng hát dài.

(Hậu Nghĩa, 1967)

XUÂN CA

Em có biết bởi mùa xuân xinh quá
cứ hồn nhiên như hoa lá trên cây
Ta trân trối như trụ đồng tượng đá
Chợt thẹn thùng em gỡ thoát hai tay.

Em có thấy nụ sương trên ngọn cỏ
Cuối sớm mai sương mới mọc trên trời
Ta rối rít cho nên em động vỡ
Thành âm giai khúc khích ở trên môi

Em có nghe bài xuân ca trong đất
Cỏ non thơm con dế hát rì rào
Em có thấy những chồi xuân mở mắt
Gió thì thầm hoa lá nép vai nhau

Con chim nhỏ bay chuyền trên nhánh mới
Tiếng hót dài lóng lánh nắng ban mai
Từng chuỗi ngọc ở ngang trời gieo vãi
Rơi tung tăng tiếng nhạc xuống môi người

Cùng buổi sáng nên cùng chung vội vã
(Em cũng nghe hơi thở ở trong hồn?)
Ta bay nhảy và lòng không mặc cả
Con bướm nào phơi phới cánh môi hôn!

(Ngân Khánh Tình Ta)

BÊN KIA CÓ NẮNG

Em nhìn thấy trên đầu núi bên kia có nắng
Tức là em đã thấy một điều gì
Mà điều đó dường như lòng em có sẵn
Ta vô tình để gió thổi bay đi

Cuộc sống có nhiều điều cần lý luận
Nhưng em tin chắc ở lòng mình
Khi mỗi chiếc lá cũng phải lòng hơi gió thoảng
Ta vô tình như đá cứ làm thinh

Em thấy nắng ở nơi nhiều bóng tối
Nơi mỗi bước chân đều thấy ngập ngừng
Mỗi hơi thở bình thường cũng dễ gây bối rối
Ta không vô tình để nắng ở sau lưng

Ở phía sau lưng có nhiều điều cần soi rọi
Tạ lòng em thấy nắng ở bên kia
Em không nói những điều em không nói
Chỉ dành cho nhau nơi đó để đi về

Một chút nắng mềm như hơi thở ấm
Để chiều thôi chiều nữa ở bên này
Chẳng lưu lạc cũng bên trời lận đận
Sống làm sao mà tuổi xế không hay!

Khi mái tóc đã phai màu kiêu bạc
Mỗi câu thơ tròn nhẵn hóa hiền lành
Một chút nắng quý vô cùng dù mộc mạc
Cho lòng mình còn giữ chút long lanh

Đã lâu lắm chưa về thăm làng Bình Thạnh
Nghe lại dấu chân xưa trong cát biển quê nhà
Thấy lại những ước mơ trên mỗi cánh buồm lấp lánh
Em chập chùng mấy biển tít mù xa

Ở nơi đó nghe trong lời tịch lặng
Chắc có vì sao máy mắt giữa đêm khuya?
Em đã thấy ở bên này có nắng
Làm sao cho ấm ở bên kia?

Sài Gòn, 12/2009

TRẦN VĂN SƠN

Tên thật: Trần văn Sơn. Sinh năm 1945 dưới chân Lầu Ông Hoàng. Phú Hài. Phan Thiết.

Trước 1975 cộng tác với các báo: Phổ Thông. Thời Nay. văn. Nghệ Thuật. Khởi hành

Xuất Bản:

- Vườn Dĩ Vãng *(Thơ. Khai Phá 1972)*
- Thấp Thoáng Vài Nụ Hoa *(Thơ. NXB Little Sàigòn 2008)*

Hiện định cư tại Mỹ.

PHƯƠNG SEN

Tặng Phan Bá Thụy Dương

Góc núi thiền sư thơ thẩn
Lang thang tìm cội mai già
Bàn đ1a cờ bày một ván
Chờ người xa tít cõi xa

Vớt rêu phơi trên đầu gậy
Khều mây kiếm chút nắng vàng
Vách đá trơ vơ cành gẫy
Với tay hứng giọt sương tan

Rong chơi cuối đời chưa hết
Hỏi trăng mượn gốc đa già
Dựa lưn ven rừng nghỉ mệt
Suối còn xa tít cõi xa

Vọc nước soi gương rõ mặt
Phương sen khói sóng mịt mù
Ngó tới, nồng nàn hương đất
Qua sông bỏ lại con đò

Lửng thửng tìm về đáy vực
ghé thăm cỏ nội mây ngàn
Biết đây bên bờ địa ngục
Ru hời khúc hát nhân gian

LÁ KINH

Loay hoay góc nhà nghỉ mệt
Vườn sương lũ bướm chập chờn
Ngân nga hồi chuông vĩnh biệt
Chuông chùq cố xứ Thiên Sơn

Chờ xe bên đường niệm Phật
Lao xao phố khói bụi mờ
Gương kính soi ngang tầm mắt
Soi xa tận cõi nguyên sơ

Thăm rừng nghe chim nói Pháp
ngẩn ngơ gió níu mây ngàn
Tờ kinh che vòm lá thấp
Nhẩn nha bầy sóc hôp đàn

Tỉa cây nghe hoa đọc kệ
Trầm tư hương chữ ngọc trầm
Lá kinh mở trang nhất thể
Hạt gieo đất mới nẩy mầm

MƯA XUÂN

Này em yêu anh chỉ từng ấy tuổi
Chừng ấy năm chưa vội phải xa đời
Thêm tí nữa chờ xem cơn gió thổi
Gió xoay chiều xô dạt đám mây trôi

Này em yêu gió nói lời thú tội
Mây của trời và mưa của biển khơi
Anh đã nói trăm ngàn lời thú tội
Rất dịu dàng hư thuở mói yêu nhau

Tuổi chúng ta cận kề bờ sinh tử
Thêm một ngày thêm chút bụi trần gian
Hoa nở muộn hắt hiu miền đất cũ
Bên hiên đời còn đọng giọt mưa xuân

Này em yêu gió bảo ta đừng vội
Biết bao giờ, chờ mãi, ngọn Đông phong
Mâay che kín khung trời xưa mòn mỏi
Phút cuối đời thềm một miếng quê hương

2009

XUÂN VỌNG

Bay bay cánh diều
Gió chiều thu muộn
Hoa nở cánh yêu
Dập dìu bướm lượn

Em buông ta thả
Diều lảo đảo bay
Bướm hoa rời rã
Tàn tạ bờ mây
Rơ mưa tầm tã
Cánh diều đứt dây

Ôm diều khóc hận
Hận cách ngăn sông
Bên kia tả ngạn
Hữu ngạn chung dòng

Có người khách lạ
Nối nhịp cầu xưa
Nhịp cầu nghiệt ngã
Phơi xáx nắng mưa
Tả ngạn đổi mùa,
máu xương mục rã

Nối sợi dây diều
Nối niềm hy vọng
Em thả cánh diều
Bướm hoa rung động
Bay bay xuân vọng
Bay bay xuân đời

2009

ĐOÀN THẠCH BIỀN

Tên thật Phạm Đức Thịnh.

Sinh ngày 10/5/1948. Tại Nam Đinh.

Học tiểu học: Hội An. Trung học: Đà Nẳng. Đại học Sài Gòn.

Dạy học ở Phan Rí Bình THuận.

Hiện sống tại Sài Gòn.

Bút danh khác: Nguyễn Thanh Trịnh

▪ TÁC PHẨM (TẬP TRUYỆN):

Ví dụ ta yêu nhau - *(Sài Gòn, 1974)*

Bất ngờ phía trái tim - *(Nhà xuất bản Trẻ, 1987)*

Đừng đốt cháy bông hồng *(Nhà xuất bản Văn Nghệ Thành phố Hồ Chí Minh, 1992)*

Phượng yêu *(Nhà xuất bản Trẻ, 1993)*

Ví dụ ta yêu nhau *(Nhà xuất bản Trẻ, 1995, tái bản)*

Tôi thương mà em đâu có hay *(Nhà xuất bản Trẻ, 1998)*

Mây bay trong đầu *(Nhà xuất bản Trẻ, 1998)*

Mùa hè khắc nghiệt *(Nhà xuất bản Kim Đồng, 2002)*

TRUYỆN VỪA

Tình nhỏ làm sao quên *(Nhà xuất bản Trẻ, 1990)*

TRUYỆN DÀI

Những ngày tươi đẹp *(Nhà xuất bản Trẻ, 1995)*

KỊCH

Đêm của cỏ *(Nhà xuất bản Trẻ, 2004)*

THƠ:

GỬI CÁC CHÚ DONG Ở PHAN RÍ

tặng Sơn, Thạch, Nghĩa, Võ

Năm năm ở Phan Rí
Ta là kẻ không nhà
Cám ơn nhiều các chú
Giúp ta quên đường xa

Bạn bè trong bữa nhậu
Rượu uống chay nhạt phèo
Nếu vắng mặt các chú
Lòng ta cũng buồn theo

Xưa ở nơi động cát
Các chú giỡn mặt trời
Còn ta với quán trọ
Cũng giỡn bóng mình chơi

Nay chiến tranh đã dứt
Bị đuổi ra khỏi hang
Các chú chạy quanh quẩn
Còn ta đi lang thang

Gặp nhau ngày mưa tạnh
Tình than vẫn đậm đà
Các chú tuy không nói
Nhưng chắc hiểu bụng ta

Cùng môt thân ốm nhách
Giữa đời to lớn này
ta cũng như các chú
Chỉ là chút mồi cay

Năm năm ở Phan Rí
Tưởng như đây là nhà
Giờ đành phải ly biệt
Lòng ta cũng xót xa
Hẹn mai sau gặp lại
Động cát phơi xương tàn
ta ở cùng các chú
Hớp những giọt sương tan.

NỤ HỒNG VÀNG

Đêm ny trời tháng giêng lành lạnh
Hồn mở phơi đón ngọn gió lành
Em yêu
Anh không tin định mệnh
Nên chẳng bao giờ xem chỉ tay.

Sá gì mấy niềm tin lặt vặt
Giữ tặng em một nụ hồng vàng
Tình sẽ chia xa hay phản bội?
Mặc tình trắc trở, vẫn hân hoan

Đêm nay trời mưa phùn rất nhẹ
Sao cũng làm ướt mắt em xanh?
Em yêu
Đừng tin vào định mệnh
Rồi lệ buôn sẽ vỡ tan tành.

Sá gì mấy lo âu lặt vặt
Em đừng run
nhận nụ hồng vàng
Tình sẽ chia xa hay phản bội?
Mặc tình trắc trở. hãy cười vang.

Đêm nay ngọn gió lành đã thổi
Nụ hồng vàng hé nở trong mưa
Em yêu,
Sá gì mấy khổ đau lặc vặt
Khi yêu nhau định mệnh có cũng thừa.

NGỒI QUÁN

(tặng Vũ Hữu Định)

Đã bao lần ngồi quán
Đâu phải riêng chiều nay
Vậy mà bạn cụng nhẹ
Một ly ta đã say

Hả hê bạn cười lớn
Chê ta chỉ phá mồi
Đời đâu nhiều đồ nhắm
Nên tập nhậu chay thôi

- Còn rượu không chủ quán
- Dạ thưa còn hũ đầy
Nhẩm tính tiền túi hết
Bạn giả đò nói say.

Nghĩ mình đang lúc rách
Đành chịu thua người
Không có áo quần bán
Đãi bạn uống cho bưa.

Rượu nhiều khi cũng lạ
Đổi thay theo lòng người
Không hứng làm mười xị
Mặt vẫn như đười ươi.

Mấy khi cơn vui bốc
Một ly cho tình nồng
Mai sau gặp uống đã
Nhưng biết cười nổi không?

Chiều trên mái tôn thấp
Lả chả bóng tối về
Ta theo bạn rời quán
Nghe trong lòng tê tê.

SÔNG HƯƠNG CÓ NÓI CHI MÔ

Tôi đã đến Huế hai lần, lần nào cũng vội vã vì bận công việc nên chỉ ở lại một hai ngày. Huế vốn thâm trầm, thầm lặng, nên chẳng thể hiểu vội vã được. Tôi đã liều viết cái phần mình chưa hiểu về Huế nên không tránh khỏi sự hiểu lầm. Rất mong bạn đọc gốc Huế lượng thứ.

- o 0 o -

Tường dắt tôi đi thăm lăng Tự Đức. Vốn là dân Huế nên Tường rành rọt, chỉ cho tôi biết nơi nhà vua xem hát bộ, nơi cung nữ ở... Khiêm Lăng to lớn này được xây dựng trong ba năm và vua thường đến đây vừa nghỉ ngơi vừa chiêm ngưỡng nơi sẽ chôn cất mình.

Ngồi nghỉ chân dưới bóng mát một cây sứ cổ thụ, bên ngôi mộ xây bằng đá cẩm thạch của vua, tôi tò mò đọc bài thơ chữ nôm của vua Tự Đức in trên tấm vé bán vào thăm lăng. “Khôn dại cùng chung ba tất đất, Giàu sang chưa chín một nồi kê”. Tôi thầm hỏi: “Vua đã viết được như vậy, sao còn làm khổ người dân xây chung quanh “ba tấc đất” của vua nhiều ngôi nhà to lớn như một cung điện? Phải chăng từ xưa đến nay, giữa viết và làm thường khác xa nhau?”

Trưa hè ở Huế trời nắng gắt. Khi rời khỏi lăng vua Tự Đức, tôi cảm thấy đói bụng. Tôi nói Tường chở tôi đi ăn một món ăn Huế. Tường nói sẽ chở đến quán bánh khoái. Nơi đó cô gái bán hàng biết mười ngoại ngữ.

Tôi tin là Tường nói thật. Người Huế vốn ham học. Cô gái hàng ngày phải giao dịch với nhiều khách du lịch nước ngoài nên có thể em đã học được một số ngoại ngữ. Nhưng biết được mười ngoại ngữ thì cũng đáng nể, tôi hối thúc Tường chạy xe Honda thật nhanh để được gặp mặt cô gái. Vừa “no mắt” vừa no bụng.

Tường dừng xe trước một quán bán bánh khoái gần chợ Đông Ba. Khách ra vào tấp nập. Nhiều nhất vẫn là khách du lịch nước ngoài mặc quần soọc vai mang balô. Phải đợi một lúc, chúng tôi mới có ghế ngồi. Những chiếc bánh khoái nóng hổi được đem đến. Chúng giống như bánh xèo ở Sài Gòn nhưng chỉ nhỏ bằng lòng bàn tay và được chiên vàng rụm. Đặc biệt bánh khoái ăn với tương chứ không phải nước mắm chua ngọt. Ăn xong một chiếc bánh khoái mùi rau húng quế còn thơm ngát trong miệng, tôi hỏi Tường:

- Cô gái biết mười ngoại ngữ đâu?

Tường cười chỉ cô gái mặc áo thun đỏ, váy trắng (điều hiếm thấy ở các cô gái Huế) đang đứng nói chuyện với một ngoại kiều cách chỗ tôi ngồi hai cái bàn. Em đứng quay lưng lại nên tôi không nhìn thấy khuôn mặt em. Hai người đang trò chuyện vui vẻ, rất tiếc họ đứng hơi xa nên tôi không nghe rõ họ nói tiếng nước nào.

Một khách nước ngoài ngồi gần bàn tôi, gõ đũa vào miệng chén. Cô gái quay lại nhìn rồi bước đến tính tiền. Lúc này tôi mới nhìn rõ khuôn mặt em. Một khuôn mặt thanh tú với đôi mắt to đen láy và cái miệng luôn cười. Người khách chỉ những đĩa thức ăn trên bàn. Cô gái gật đầu nhẩm tính rồi ghi vào phiếu tính tiền đưa cho ông ta xem. Người khách chỉ vào một cái đĩa và giơ hai ngón tay. Cô gái cười ghi thêm vào phiếu tính tiền. Người khách móc tiền ra trả và cười nói: "How old are you?". Đáp lại, cô gái xòe hai bàn tay ra hai lần, lần sau em cụp lại một ngón cái.

Bây giờ tôi mới hiểu Tường đã "chơi chữ". Cô gái bị câm và phải nói chuyện bằng 10 ngón tay. Uống một ngụm bia Huda, tôi hỏi Tường:

- Cô gái bị tật hồi nhỏ à?

Tường gật đầu rồi nói:

- Cả ba chị em đều bị câm.

- Bệnh di truyền?

- Không, ba mẹ mấy cô đều nói năng bình thường. Người ta đồn rằng mộ ông nội của mấy cô táng trúng lưỡi rồng nên gia đình làm ăn phát đạt, bù lại con cháu đều bị câm. Nếu dời mộ đi chỗ khác, các cô sẽ nói được nhưng bù lại gia đình sẽ nghèo mạt ba đời. Cô chị đang đứng đổ bánh khoái đó. Cô thứ hai đi tính tiền, còn cô út ở trên lầu lâu lâu xuống phụ việc. Cũng may ba chị em tuy không nói được nhưng vẫn nghe được và họ viết chữ rất đẹp.

Tôi không biết đấy có phải là điều "may" hay càng khốn khổ hơn khi người ta nghe được mà không nói được?

Đợi quán thưa khách, tôi gọi cô gái đến tính tiền để có dịp trò chuyện. Cô gái đếm những đĩa bánh khoái và hai chai bia trên bàn rồi em viết phiếu tính tiền. Tôi hỏi:

- Em tên gì?

Cô gái cười nhìn quanh rồi chỉ bức tranh vẽ hồ sen Tịnh Tâm treo trên tường.

Tôi nói:

- Em tên Liên?

Cô gái gật đầu. Tôi hỏi tiếp:

- Nhưng gì... Liên?

Em viết trên phiếu tính tiền chữ Diệu.

- Diệu Liên! Tên hay quá. Đóa sen huyền diệu.

Cô gái e thẹn cúi đầu. Tôi bắt đầu kể lể: Tôi ở Sài Gòn mới ra thăm Huế lần đầu. Đến một nơi nào xa lạ, tôi nghĩ không phải chỉ đi xem thắng cảnh hay đi dạo phố xá mà hiểu được nơi đó. Cần phải thưởng thức những món ăn đặc sản và nhất là phải làm quen với một cô gái, nhờ vậy mình sẽ hiểu nơi đó hơn. Tôi đã ăn bánh khoái Huế rất ngon. Tôi muốn em giúp tôi hiểu Huế thêm một chút nữa được không?

Cô gái nhìn thẳng vào đôi mắt tôi. Cũng may vì vội vã khi ra Huế, tôi đã bỏ quên đôi kính cận một độ của mình ở Sài Gòn nên nhìn đôi mắt tôi lờ đờ như đôi mắt cá ươn rất "vô tư", cô gái đã thương hại gật đầu.

Buổi tối mùa hè, Huế đã mát nhờ những hàng cây hai bên đường rì rào tiếng lá. Tôi chở Diệu Liên trên chiếc xe Honda mượn của Tường. Em ngồi sau chỉ đường bằng cách vỗ vai phải, vai trái của tôi và tôi sẽ quẹo phải hay quẹp trái.

Nhờ em tôi mới biết hồ Tịnh Tâm với ngôi nhà ngồi hóng mát bị sụp đổ một bên, không còn nguyên vẹn như trong bức tranh vẽ treo ở quán em. "Đường phượng bay" xanh rì bóng lá vì mùa hoa phượng đã tàn. Bánh cuốn ở Kim Long khác hẳn bánh cuốn ở Sài Gòn. Và chè thịt heo quay ngon hơn chè sâm bổ lượng ở Chợ Lớn.

Tôi hỏi: Em hãy chỉ tiếp cho tôi biết nơi nào bán cơm hến, bánh ướt, chè bắp?

Em che miệng cười khúc khích. Tôi đưa cuốn sổ tay cho em và em viết: Ông tham ăn quá. Những món ăn ngon, ông ăn cùng một lúc, chúng cũng sẽ hết ngon.

Tôi nói: Nhưng ngày mai tôi phải về Sài Gòn rồi. Làm sao tôi có thể thưởng thức những món ăn kia?

Em viết: Chúng sẽ mãi còn ngon khi ông còn háo hức muốn ăn?

Tôi nói: Thôi bây giờ chúng ta đi uống càphê. Tôi muốn biết cà phê ở Huế ngon cỡ nào.

Em gật đầu và tôi tiếp tục chở em đi. Cầu Tràng Tiền đang sửa chữa lại, em chỉ tôi chạy xe qua cây cầu mới. Chúng tôi vào một quán cà phê lộ thiên ở sát bờ sông Hương, ngay phía trước trường Quốc Học.

Tôi chọn một cái bàn đặt ngay dưới bóng đèn điện sáng choang. Chẳng phải tâm hồn tôi ưa thích sự trong sáng mà vì ngồi ở nơi sáng sủa, tôi mới có thể đọc được những câu em viết trả lời.

Tôi gọi cho em một ly đá chanh và cho tôi ly cà phê đen. Rất bất ngờ tôi được nghe lại giọng ca Tuấn Ngọc với bài "Chiều một mình qua phố" của Trịnh Công Sơn ở quán cà phê này. Diệu Liên mấy máy đôi môi hát theo. Tôi hỏi:

- Em cũng biết bài hát này à?

Diệu Liên gật đầu và môi em tiếp tục mấy máy. Tôi buồn muốn khóc khi thấy em say sưa hát một bài ca không thành lời. Im lặng là vàng, đúng vậy. Nhưng im lặng mãi sẽ là đất đá. Tôi không muốn em là đất đá. Tôi thầm cầu mong cho em một lần được nghe giọng hát của chính mình. Bài hát dứt, môi em vẫn còn run run vì xúc động hay vì lời ca "ngoài kia không còn nắng mềm, ngoài kia ai còn biết tên?"

Không ngăn được tò mò, tôi hỏi em câu chuyện người ta đồn về gia đình em mà Tường đã kể cho tôi nghe lúc trưa.

- Chuyện đó có thật không?

Em gật đầu. Ôi "ba tấc đất" của người chết đã làm khổ người sống quá nhiều! "Giàu sang chưa chín một nồi kê". Tại sao người ta bắt im lặng mãi? Tự nhiên tôi nổi sùng nói:

- Em hãy cho tôi biết mộ ông nội em nằm ở đâu? Tôi sẽ thuê người ta dời mộ để em nói được. Em cần phải nói, phải hát.

Em khẽ nắm tay tôi lắc lắc. Rồi em cúi xuống viết vào cuốn sổ tay tôi để trên bàn: Ông cần em phải nói, ông mới hiểu? Sông Hương có nói chi mô mà người ta cũng hiểu nó.

Viết xong, em ngẩng lên nhìn dòng sông Hương lấp lánh ánh trăng. Mặt nước phẳng lặng không gợn sóng. Gió từ mặt sông thổi lên mát rượi. Tôi nhìn vào đôi mắt em đang mở lớn. Đôi mắt cũng lấp lánh ánh trăng nhưng có nói chi mô. Đôi mắt đó câm hay tâm hồn tôi điếc?

ĐÀI NGUYÊN VU

Nhà thơ ĐÀI NGUYÊN VU

(ảnh do nhà thơ Nguyễn Thị Liên Tâm cung cấp)

*Tiểu sử

ĐÀI NGUYÊN VU

Họ tên Tôn Thất Trâm

Bút danh Đài Nguyên Vu, Tôn Thất Ngàn

Sinh 1939

Mất 2/62017

Quê: Bắc Bình, Chợ Lầu, Bình Thuận

Trú quán: Chí Công, Tuy Phong, Bình Thuận

Tác phẩm:

Tập thơ Nguyệt chính Xuân *XB 2005*

Thơ in chung: Những gương mặt thơ mới, Thơ miền Trung thế kỷ XX, Nước non một dải, Các tuyển tập thơ của hội VHNT Bình Thuận, Các tuyển tập thơ của chị hội văn nghệ Tuy Phong...

THƠ:

LÁNG SON

Bữa nào mây buông xoã
Vây trọn cả núi đồi
Ở nơi đầm hoang đó
Đôi ta đành buông trôi

Đôi chân anh thoăn thoắt
Đợt sóng nhỏ lăn tăn
Chậm đi vì trước mặt
Mái tranh, nhà một căn

Mới về, đâu đã tỉnh
Chia phôi, trúc ngậm ngùi
Mưa ngâu hoài tháng tám
Cho trúc được hồi sinh

Biển xanh đang chờ đợi
Con nhận ngóng bên trời
Nắng vàng như tích cũ
Thơ ca tiết đón mời

PHƯƠNG TRỜI ĐÔNG

Phương trời đông đỏ rực
Sáng ngời khắp thiên nhiên
Đời ta về màu vàng hực
Lần tới cõi vô biên
Nhà thắp đèn hiu hắt
Gió lạnh buốt con tim
Cây tùng râm bóng mát
Cây thơ thẩn nửa đêm

(Đài Nguyên Vu- Tôn Thất Ngàn)

NƯỚC

(Tặng Bùi Nguyên Hư)

Hôm nay ta thấy ngư lang thả lưới
Trong thế giới riêng của chàng
Chàng mặc áo nâu đen quần xăn lên đến bẹn
Chàng thả lưới
Những ngón lơi
buông
Thùng dung thâu bắt
Hai chân chàng uyển chuyển
Đi những đồ hình
Nhiều không thể đếm
Như sóng nước trên sông
Trên bờ, giai nhân thập thuý quẩy đôi thùng đỏ
Động huỳnh, chim muông bỏ ngỏ
Cuối triền, cát trắng mịn màng
Âm thanh quyến rủ
Thềm Đền Hoàng hương khói già bay
Chàng đã lên bờ
Hai bàn tay đưa ra kịp lúc

NGUỒN THƠ

Trưa nay đọc thư em
Như ngâm mình trong suối
Trước, ta chưa hề quen
Anh vẫn là gió bụi

Áo em màu trắng quá
Mà anh không màu xanh
Làm sao cho tương hợp
Thành bức tranh trữ tình

Anh là con bướm lạc
Vương vương sợi tơ trời
E chủ vườn khinh bạc
Không cho nhành hoa khai

Chính em là nguồn thơ
Mà hồn anh tan biến
Sáng mai em tìm kiếm
Anh lẩn khuất đâu đây

PHỤ BẢN TRANH
PHAN THIẾT BÌNH THUẬN

Đồi Cát Mũi Né/ Phan Thiết

Tháp Chàm Phan Thiết

Sông Cà Ty Thành phố Phan Thiết

Mũi Kê Gà Hàm Tân / Bình Thuận

Lầu Ông Hoàng Phan Thiết

Bia Đài Phan Thiết

Liên lạc Tác giả:
Phạm Văn Nhàn
Email: phamvannhan519@gmail.com

Liên lạc Nhà xuất bản Nhân Ảnh
Email: han.le3359@gmail.com
Tel: (408) 722-5626

www.ingramcontent.com/pod-product-compliance
Lightning Source LLC
LaVergne TN
LVHW090228051026
849517LV00001B/228
* 9 7 9 8 2 9 5 5 5 2 6 3 2 *